VŨ ÁNH

THUNG LŨNG TỬ THẦN
HỒI ỨC MỘT NGƯỜI TÙ CẢI TẠO

NGƯỜI VIỆT

THUNG LŨNG TỬ THẦN

Tác giả Vũ Ánh

Người Việt Books xuất bản lần đầu tiên tại Hoa Kỳ, 2014

ISBN: 978-1-62988-320-5

Bìa và trình bày: Uyên Nguyên

Mục Lục

3

Lời Nhà Xuất Bản

Ít có ai viết về những nhục hình trong giai đoạn ở tù với giọng văn bình thản, nhiều khi đến lãnh đạm, như tác giả tập hồi ức này. Tác giả kể chuyện của mình mà đọc cứ có cảm giác như đang nói về một ai khác. Nhưng chính sự bình thản ấy khiến người đọc có thể tin được, rằng tác giả đang viết sự thật, không thêm bớt, không biến mình thành anh hùng, và cũng chẳng biến người khác thành thiếu nhân cách.

Thật sự là vậy. Nhà báo Vũ Ánh chỉ viết tập hồi ức này sau khi được Tòa Soạn Người Việt "order" nhiều lần; và ông viết chỉ cho một độc giả duy nhất: Cháu nội ông, khi cháu hỏi: *"Tại sao ông nội bị tù, có phải ông nội phạm tội hình sự không?"*

Tập hồi ức được viết theo cách nhìn và trình bày của một nhà báo, không mang lòng thù hận, nhìn những điều đã qua với một tâm trạng bình thản. Chính vì lẽ này, lớp con cháu của ông, cũng như con cháu hàng trăm ngàn người tù cải tạo khác – những độc giả của thế hệ tương lai - sẽ được biết về một giai đoạn đặc biệt trong cuộc đời thế hệ ông cha mình, một cách thật nhất.

Khởi viết từ tháng Bảy, 2013, đăng hàng tuần trong 31 kỳ liên tục trên mục Sổ Tay Nhật Báo Người Việt, tập hồi ức kết thúc vào ngày 21 tháng Hai, 2014. Hơn một tháng sau, tác giả viết bài nhận định có tựa đề "Hà Nội Vẫn Chưa Đủ Niềm Tin Cởi Trói Báo Chí." Đây cũng là bài viết cuối cùng của nhà báo Vũ Ánh. Ông qua đời cùng ngày gởi bài báo này đến các đồng nghiệp tại Người Việt.

Nhân kỷ niệm 100 ngày, ngày mất của tác giả, Nhà Xuất Bản Người Việt thực hiện tập sách nhỏ này, để tưởng nhớ đến ông, một nhà báo kỳ cựu, đã cống hiến cả cuộc đời mình cho một nghề mà ông yêu quý và theo đuổi: Nghề báo.

Phạm Phú Thiện Giao
Chủ Bút Nhật Báo Người Việt

THUNG LŨNG TỬ THẦN
HỒI ỨC MỘT NGƯỜI TÙ CẢI TẠO

Hồi đầu năm, cháu nội tôi, Catherine Vũ, 11 tuổi, hỏi bố nó: "Tại sao ông nội bị tù, có phải ông nội phạm tội hình sự không?" Con trai tôi cũng chỉ trả lời đại khái, là sau khi miền Nam Việt Nam rơi vào tay Cộng Sản, nhà cầm quyền bắt tất cả các cựu sĩ quan quân đội và cựu công chức từ cấp chỉ huy thấp nhất đến cao cấp nhất, đẩy vào các trại cải tạo để trả thù.

Năm nay con trai tôi đã ngoài 40, nhưng không thể nào giải thích chi tiết với con gái nó về những gì đã xảy ra cho ông nội và những người bạn tù khác của ông nội đằng sau những cánh cổng nhà tù ấy.

Thực ra, lúc tôi vào tù cải tạo, con trai tôi mới 6 tuổi, và khi tôi trở về từ nhà tù thì nó đã là một thanh niên 19 tuổi, nằm trong danh sách những thanh niên không được đặt chân vào ngưỡng cửa đại học vì cái lý lịch của tôi. Đó là lý do tại sao tôi viết loạt bài này. Tôi hy vọng đây là lời giải thích, cũng là lời nhắc nhở với thế hệ thứ hai và thứ ba của, không những người Việt Nam tị nạn ở hải ngoại, mà còn ở trong nước, để họ đối chiếu và so sánh khi cần.

Ngày nay, chế độ lao tù ở Việt Nam có thể đã có nhiều thay đổi, nhưng tôi tin rằng mục tiêu của chế độ này cũng vẫn dựa trên nền tảng cũ: đàn áp và tiêu diệt khả năng đối kháng của con người trong chế độ toàn trị ở đất nước ấy. Tuy nhiên, tôi vẫn nhấn mạnh rằng loạt bài này chỉ phản ảnh cách nhìn của riêng tôi về một giai đoạn lao tù đặc biệt sau ngày miền Nam Việt Nam thất trận. Tôi viết là viết cho thế hệ con cháu tôi và chia sẻ với thế hệ con cháu của những bạn đồng tù khác, chứ không phải là bản lên tiếng, lên án hay cáo trạng gì cả, và tôi không phản đối những cách nhìn khác.

Nhà Báo Vũ Ánh

Đặt Tên Cho Một Lòng Chảo

Cái tên này được tù cải tạo, vốn là những sĩ quan quân đội và các cấp chỉ huy trong công chức Việt Nam Cộng Hòa (VNCH) từ trưởng phòng trở lên và tù chính trị án nặng kể cả tử hình, đặt cho một cái lòng chảo đặc biệt ở xã Xuân Phước thuộc quận Đồng Xuân, tỉnh Phú Khánh (tên gọi mới của tỉnh Phú Yên), nơi có trại cải tạo A- 20.

Từ ga xe lửa La Hai trên Quốc Lộ 1, muốn vào đến lòng chảo này, phải vượt qua 60 cây số đường rừng, tức là phải vượt qua trạm cuối cùng, nơi có một trại Lực Lượng Đặc Biệt cũ thời chiến tranh cách A- 20 khoảng 10 cây số, vượt qua một vòng đai gồm khu kinh tế mới và một vòng đai gồm gia đình công an và dân làng do Việt Cộng kiểm soát thời chiến tranh. Từ ga xe lửa La Hai vào đến trại, thân nhân tù cải tạo phải lội qua rất nhiều con suối vào mùa mưa, trong đó nguy hiểm nhất là suối Lạnh, nước lên mấp mé bờ và chảy xiết. Về vị trí thì theo nhiều tù cải tạo rành về địa thế cho biết, trại A- 20 nằm trong một khu rừng già bên cạnh con đường mòn mới mà người Cộng Sản gọi là Trường Sơn Tây bên này dãy Trường Sơn.

Theo lời kể của cựu trung úy bộ đội xe tăng của Cộng Sản Bắc Việt (CSBV) tên là Hội thì vào năm thứ hai của thập niên 1980, mẹ tôi đã suýt chết đuối tại con suối này khi cố lặn lội lên trại thăm tôi. Hội chính là người cứu bà khi mẹ tôi làm rớt túi bánh mì khô cụ đem lên trại cho tôi nhưng trại không cho gặp vì lúc đó tôi bị kỷ luật vô thời hạn trong xà lim cá nhân mà đám tù nhân chúng tôi gọi là "hộp" hay "chuồng cọp."

Hội vốn là chi đội trưởng một chi đội xe tăng T- 54 từ Đồng Hới vượt cầu Hiền Lương vào Huế rồi dừng lại ở Đà Nẵng đầu Tháng Năm, 1975. Một năm sau, khi đang đóng quân và hoạt động tại Hòa Cầm, Hội bị bắt vì tội biển thủ, một loại tội gán cho hành động trộm xăng quân đội đem bán lấy tiền tiêu xài. Bị đưa ra tòa án quân sự và bị kết án 10 năm tù, viên cựu trung úy xe tăng này được giảm án vài lần vì thực ra tội tham ô này chẳng đáng gì so với những "anh lớn ăn cắp và biển thủ công khai" nhưng có ô dù che đỡ nên chẳng sao cả, theo như lời Hội nói. Tôi nghe câu chuyện này do chính Hội kể khi anh ta bị đưa vào biệt giam nơi tôi đang bị cùm vì anh ta liên lạc giúp đỡ các thân nhân đi thăm gặp qua đò ngoài giờ qui định. Ghi lại sự kiện này, tôi muốn nhấn mạnh đến một thành phần khác đặc biệt được đưa đến trại A- 20 Xuân Phước để làm những công việc mà chúng tôi không được phép làm. Thành phần ấy là những tù hình sự gồm phần lớn có án tù vì tội danh cướp có vũ khí hay những cựu sĩ quan quân đội CSBV tham ô, biển thủ. Họ được phân bố các công việc thuộc "diện rộng" mà ban quản trại gọi là diện "tự giác" vì tin tưởng là thành phần này sẽ không trốn trại.

Trại A- 20 Xuân Phước có từ bao giờ và có bao nhiêu phân trại? Thật ra, khó biết được ngày chính xác trại tù cải tạo này được thành lập vì có nhiều câu trả lời khác nhau từ các nguồn tin. Nhưng theo lời một bạn tù cải tạo thuộc nhóm người di tản sang Guam rồi đòi trở về trên con tàu Việt Nam Thương Tín vào mùa Hè năm 1975 thì trại được xây dựng khi phần lớn số người di tản trở về từ Guam bị đưa vào cái lòng chảo này và bị bắt buộc phải phá rừng, xây dựng trại cuối năm 1975 và kéo dài sang đến các năm 1976- 1977. Một số anh em này được thả dần dần, nhưng cũng có người vẫn còn bị tù cho tới năm 1985. Những tháng cuối năm 1975 khi bị đưa từ trại B- 5 Tân Hiệp, Biên Hòa, về biệt giam khu ED ở nhà tù Chí Hòa để thẩm cung, tôi liên lạc được với một số anh em từ Guam trở về trên chuyến tàu Việt Nam Thương Tín cũng bị biệt giam tại khu này. Một năm sau tôi được chuyển xuống phòng giam tập thể và có dịp sống với họ trước khi bước vào cuộc lưu đày dài hạn ở các trại lao cải (các trại tù mà trong đó tù cải tạo phải lao động khổ sai).

Thời gian tôi sống trong biệt giam ở khu ED nhà tù Chí Hòa đã xảy ra một số các ngộ nhận, tức giận và có những lời lẽ quá đáng đối với các anh em trở về trên chuyến Việt Nam Thương Tín xuất phát từ các phòng biệt giam khác. Vào lúc ấy, tôi cho rằng đây là sự bất công vì khi chưa tìm hiểu nguyên nhân khiến họ, dù đã di tản đến Guam, có người đã vào tới Camp Pendleton, California, Hoa Kỳ, rồi lại đòi trở về thì không nên vội vã khi cùng đồng cảnh với nhau. Khi gặp lại cựu Trung Tá Trần Văn Nam, một trong những viên chức cao cấp của Bộ Chiêu Hồi cũng nằm trong số những người trở về, tôi hiểu được hành trình quay ngược lại đất nước của những tù nhân từ chuyến tàu Việt Nam Thương Tín bắt nguồn từ động lực của trái tim. Ông nói với tôi trong bữa cơm tù chúng tôi ngồi ăn chung tại phòng giam 14 khu ED: "Lúc bỏ đi mình như người bị tê liệt suy nghĩ. Nhưng sang đến Guam rồi, bình tâm trở lại nỗi day dứt thương gia đình, bố mẹ, vợ con, còn kẹt lại, ăn một miếng cơm mà như một khúc gỗ chặn lại ở cổ họng, tôi không còn lựa chọn nào hơn là quay lại xứ sở mà tôi biết sẽ bị đày đọa. Nhưng thà là như thế." Ông Nam bị "vác bao bố chỉ xanh" (bị lưu đày ở ngoài Bắc) năm 1977. Trong chuyến ra Bắc cùng với ông Nam có cựu Bộ Trưởng Thông Tin Nguyễn Ngọc An, Trung Tá Thạch, Chánh Văn Phòng Phó Tổng Thống Trần Văn Hương và nhiều cựu viên chức cao cấp khác của chính phủ VNCH. Kể từ đó, tôi không còn dịp nào gặp lại họ nữa.

Vài năm sau, khi bị giải giao đến phân trại E thuộc trại A-20 Xuân Phước mà chúng tôi gọi là trại trừng giới, tôi gặp lại vài anh em nhóm Việt Nam Thương Tín ở trại E (trại ngoài cùng) lẫn trại B (cách trại E khoảng 5 cây số).

Một phần trong số anh em này lao động ở "diện rộng." Hầu như không một ai trong số những anh em trên chuyến tàu định mệnh mà khi di tản có trọn vẹn gia đình bên cạnh. Có những người đi cả hai vợ chồng nhưng con bị kẹt lại, có những người cả gia đình di tản, nhưng kẹt lại mẹ già, nên đành để vợ con ở lại Guam còn mình phải quay về, có người di tản với gia đình nhưng không mang được hôn thê sắp cưới theo mà cuối cùng cũng phải theo tiếng gọi của trái tim mù lòa quay lại cố quốc cho trọn tình. Tôi chỉ sơ lược vài nét chấm phá về hoàn cảnh của những người bạn tù thuộc nhóm Việt Nam Thương Tín.

Nói cho ngay là, nếu muốn viết lại những trang sử đặc biệt của những người đã bỏ nước di tản trước hay trong ngày 30 Tháng Tư, 1975 đến Guam rồi phải quay trở lại quê nhà vì nhiều nguyên nhân tình cảm gia đình khác nhau, thì vẫn còn nhiều nhân chứng hiện cũng đã được tái định cư ở nước Mỹ, nhưng đây không phải là mục tiêu của loạt bài này. Cá nhân, tôi vẫn quí những anh em tù Việt Nam Thương Tín vì thực ra cái giá mà họ phải trả bằng cuộc sống lao tù trong các nhà tù Cộng Sản sau khi từ Guam trở về dù có bị nhìn theo lăng kính nào thì hành động bất chấp hiểm nguy cho cá nhân họ để quay lại với gia đình cũng còn có giá trị văn hóa nhất định của người Việt Nam. Cho nên, bây giờ tôi quay lại câu chuyện của tôi, của chúng tôi, những người tù tại một trong số những trại tù được xếp vào loại khắt khe nhất trên toàn cõi Việt Nam vào giai đoạn ấy.

Chế độ "lao cải" Việt Nam là một chu kỳ khép kín! Tổng quát là như thế này: tù cải tạo được đưa vào những khu rừng già, phát quang, tự tay dựng trại để "tự quản," nghĩa bóng là tự nhốt mình, phải lao động để làm ra "của cải vật chất" để tự nuôi sống và có thể góp phần nuôi sống cả đám cai tù nữa. Trong thời gian lao cải, người tù nào "cải tạo tốt" sẽ được thả, người tù nào chưa tốt hay chưa "an tâm cải tạo" thì phải tiếp tục cải tạo cho đến khi tốt thì mới được "tha ra khỏi trại." Tôi xin nhấn mạnh ở đây một lần nữa là trong loạt bài này tôi dùng đúng thứ chữ nghĩa che đậy hành động bóp chẹt bao tử để tẩy não tù nhân của nhà cầm quyền Hà Nội. Trong những văn bản nói về các trại cải tạo với các nhà báo nước ngoài, Hà Nội thường dùng chữ "re- education camp" - họ dịch nguyên ngữ là "trại cải giáo."

Có những trại lao động cải tạo (lao cải) đưa ra nội qui cấm dùng chữ "tù cải tạo" mà phải dùng chữ "trại viên."

Bản thân, khi bước vào khu biệt giam của nhà tù B- 5 Tân Hiệp Biên Hòa, nơi tạm giam một số Cán Bộ Xây Dựng Nông Thôn thuộc Đoàn 59 người của VNCH, một số xã trưởng từ miền Trung di tản vào miền Nam bị truy đuổi và bắt giữ sau ngày 30 Tháng Tư, 1975 và một số sĩ quan bị bắt làm tù binh trong trận đánh cuối cùng tại Long Khánh, tôi và một số anh em khác được một cán bộ tên là Bé nhắc đi nhắc lại tư cách "trại viên" trong khi tay tôi bị trói và vài phút sau đó hai chân bị cùm cứng bằng chiếc còng tự chế gắn chặt vào bệ nằm trong phòng biệt giam cá nhân. Gần đây có một khán thính giả nghe tôi nói trên màn ảnh truyền hình đã gởi e-mail đưa ý kiến là chúng tôi không nên dùng chữ tù cải tạo hay trại cải tạo mà cứ dùng thẳng là tù nhân hay nhà tù. Vị khán thính giả này nói cũng có lý. Nhưng nếu dùng hai chữ này thì người ngoài có thể đồng hóa chúng tôi với tù hình sự (trộm cắp, cướp, hiếp dâm, buôn bán ma túy, tham ô, biển thủ...) nên tôi dùng chữ tù cải tạo hay trại cải tạo để đề cập tới một kiểu nhà tù được đặc biệt thiết lập nhằm nhốt và hành hạ những người thua trận. Cá nhân, tôi hiểu cuộc tranh luận về chữ nghĩa sẽ không bao giờ có kết thúc và vì thế nếu thấy tiện thì chúng tôi sử dụng, ngoài ra không có một hậu ý nào khác. Vì theo tôi, vấn đề quan trọng không phải là chữ nghĩa che đậy mà là nhà cầm quyền Việt Nam đề ra mục tiêu cải tạo và áp dụng những biện pháp trừng phạt về thể xác cũng như tinh thần tàn bạo thật đấy, nhưng liệu họ có cải tạo được chúng tôi theo ý họ muốn không, nhất là về khoản bản năng đối kháng? Sự tranh luận và những đánh giá về bản năng đối kháng mà chúng ta đọc được phần lớn là dựa trên cảm tính và lập trường chính trị chứ chưa có một cuộc điều tra nào mang tính chất tâm lý chuyên môn được thực hiện trong số những nhân chứng còn sống ở hải ngoại. Nhưng nếu căn cứ vào sự kiện có những người tù cải tạo chân ướt chân ráo về tới nhà khi được thả ra là đã tìm đường vượt biển ra nước ngoài hoặc khi có chương trình nhân đạo HO nhận những thành phần cựu tù cải tạo từng bị đẩy vào các trại cải tạo ít nhất là 3 năm định cư ở Hoa Kỳ thì chỉ có một số rất ít những người lựa chọn sự ở lại để "góp phần xây dựng đất nước," còn phần lớn đều lựa chọn ra đi, đó là minh chứng cho thấy sự thất bại của chính sách "cải tạo" con người của chính quyền Việt Nam Cộng Sản.

Cho nên khi những năm gần đây xuất hiện một số hoài nghi hay cáo buộc người này người nọ bị tẩy não, tôi cho rằng đó là những cáo buộc vô căn cứ và coi nhẹ những chịu đựng và đau khổ mà người tù cải tạo phải trải qua, không nên duy trì mãi những ý tưởng ấy. Nó vừa bất công, vừa không có chứng cớ thuyết phục.

Phương Án 4 và Những Hồ Sơ Chết

Không phải do ngẫu nhiên mà nhà cầm quyền Hà Nội đặt tên cho những trại cải tạo bằng những mã số đứng trước một hàng số, chẳng hạn như T- 4, T- 2, T- 10, Z- 30A, Z- 30C hay Z- 30D, hoặc A- 20, A- 10, A- 30 hoặc B- 1, B- 5, B- 7...

Thực ra, không một người tù cải tạo nào có thể biết hết tên và mã số của các trại giam trên toàn cõi Việt Nam sau 30 tháng Tư, 1975, và trong nhiều trường hợp, tù nhân cải tạo còn không biết cả mã số trại lao cải mình đang bị lưu đày nữa. Chẳng hạn, họ chỉ biết gọi trại Bố Lá (Bà Rịa), Nhà Đỏ (Bình Dương), Tiên Lãnh (Quảng Nam), Bù Gia Mập (Phước Long), Kinh 5 (Cà Mau), Tống Lê Chân (Phước Long)...

Những trại này phần đông là trại nhỏ thuộc quyền quản lý của tỉnh. Loại trại có chữ "T" hay "B" là trại tạm giam; loại trại được đánh mã số chữ "Z" là các trại thuộc quyền quản lý của Cục Trại Giam Miền Nam, Bộ Công An. Trại mang mã số "A" là trại thuộc quyền quản lý của liên Bộ Nội Vụ và Bộ Công An, dùng để chỉ những trại mà nhà cầm quyền Việt Nam xếp vào loại trại giam dùng để trừng phạt những tù cải tạo "không thể cải tạo được."

Ở miền Bắc Việt Nam, dường như chỉ có 2 trại giam được xếp vào loại trại trừng phạt, đó là trại Cổng Trời ở Hà Giang, gần sát biên giới Việt – Trung, và trại Thanh Cẩm, thuộc tỉnh Thanh Hóa. Cả hai trại này là nơi trước đây được nhà cầm quyền Cộng Sản Việt Nam dùng để nhốt những Biệt Kích VNCH nhảy toán ra Bắc và những tù nhân chính trị đặc biệt. Đây là câu chuyện hết sức phức tạp, được các tác giả Sedgwick Tourison trong tác phẩm "Secret Army, Secret War" (Quân Đội Bí Mật, Cuộc Chiến Bí Mật) và Richard H. Shultz trong tác phẩm "Secret War Against Hanoi" (Cuộc Chiến Bí Mật Chống Hà Nội) thuật lại đầy đủ, một cuộc chiến được mô tả là phản đòn mà chính phủ của Tổng Thống John F. Kennedy và sau đó là chính phủ Lyndon B. Johnson "nhắm vào miền Bắc để gây áp lực với Hà Nội để trả đũa những gì mà họ đang thực hiện với đồng minh VNCH của Mỹ ở miền Nam Việt Nam."

Tôi nhấn mạnh ở đây rằng, những trại được kể ra ở trên chỉ là những trại mà tôi được biết đến nhờ những vụ chuyển trại giữa các tù nhân với nhau trong hơn 13 năm tù tôi từng trải qua cũng như qua hàng vài chục lần bị kêu lên "làm việc" (từ ngữ để chỉ việc phải đi khai cung), chứ thật ra vào giai đoạn từ sau 30 tháng Tư, 1975 cho đến cuối năm 1992, trên đất nước Việt Nam có hàng ngàn trại tù cải tạo đủ loại, đủ kiểu và đủ cấp từ địa phương (tỉnh, quận, huyện) cho đến trung ương (Bộ Nội Vụ và Bộ Công An). Nhưng đây chỉ là con số ước lượng, còn nhà cầm quyền Việt Nam giữ rất kín con số nhà tù, kể cả các nhà tù dành riêng cho tù hình sự nam và nữ được che đậy bằng cái tên rất sáo là "trại phục hồi nhân phẩm."

Những ai chưa từng trải qua một ngày tù nào dưới chế độ Cộng Sản và những ai chưa bao giờ có người thân ruột thịt bị lưu đày sau khi miền Nam Việt Nam bại trận, nếu nghe tôi mô tả lại cái vẻ "khang trang bề ngoài" của những trại tù cải tạo dưới chế độ Cộng Sản có thể sẽ vội vã cho ngay rằng tôi ca tụng chế độ lao tù Cộng Sản. Nhưng ngay bây giờ đây, chúng ta đang sống trong một đất nước tự do, trong một thời đại thông tin mà không điều gì có thể che giấu được, đang trong một giai đoạn cần phải có những phán đoán sâu sắc hơn thay vì những phán đoán mang tính tuyên truyền về những gì đã xảy ra cho những người tù cải tạo như chúng tôi trong một giai đoạn đen tối sau biến cố 30 tháng Tư, 1975, tôi xin giải thích một lần nữa lý do tại sao chế độ Cộng Sản cần có những che đậy cái thế giới đầy đọa con người ở những "địa ngục trần gian" bằng bề ngoài của các trại tù cải tạo lao động, hay gọi tắt là trại lao cải.

21

Trước những ngày sụp đổ hẳn, mọi người ở miền Nam Việt Nam từng nghe những lời khuyến cáo của một một chuyên viên về du kích chiến người Anh, Sir Robert Thompson. Theo đó, nếu miền đất này rơi vào tay Cộng Sản, một cuộc "tắm máu" sẽ diễn ra. Thực tế, nếu nhìn vào bối cảnh của Sài Gòn sau 30 tháng Tư, 1975, người ta hẳn thấy những lời khuyến cáo của ông chỉ có giá trị nhất định bởi điều mà ông tiên đoán đã không diễn ra công khai trước mắt. Nhưng tại những vùng đất từ Quảng Trị vào đến Ninh Thuận, nhất là ở Quảng Nam, Quảng Ngãi và Bình Định, điều này diễn ra một cách tàn bạo qua lời kể lại của những xã trưởng mà tôi có dịp sống với họ tại các trại B- 5 Tân Hiệp, nhà tù Chí Hòa (tức T- 10), Hàm Tân Z- 30C và A- 20, Z- 30A.

Những xã trưởng này từng trốn thoát các cuộc tắm máu đó, chạy vào Sài Gòn và vùng phụ cận để trốn tránh, nhưng bị truy đuổi và cuối cùng bị bắt. Phần lớn số xã trưởng này bị đưa ra tòa án nhân dân, bị kết án tử hình. Hồ Biên, một xã trưởng thuộc quận Thăng Bình, Quảng Tín, bị cùm tại căn biệt giam bên cạnh căn biệt giam cá nhân nơi tôi cũng bị cùm tại trại B- 5 Tân Hiệp tháng 10, 1975, cả gia đình của ông gồm vợ và 5 đứa con bị những người chiến thắng kéo ra một cánh đồng trống và bị xử tử sau một ngày chúng truy lùng mà không bắt được ông. Người xã trưởng này vốn là một đảng viên Việt Nam Quốc Dân Đảng đã tìm mọi cách trốn vào Sài Gòn. Ông sống lẩn tránh ở khu Ngã Tư Bảy Hiền để tìm phương tiện xuống Rạch Giá thoát thân. Nhưng cuối tháng Sáu, 1975,

ông bị công an bắt vì sử dụng giấy tờ giả. Ông nói thêm về
trường hợp của mình như sau: "Chúng nghi tôi là viên
chức xã từ miền Trung chạy vào Sài Gòn lánh nạn chỉ vì
cái giọng Quảng đặc sệt của tôi. Thế là chúng giải giao tôi
về tạm giam ở trụ sở Tổng Nha Cảnh Sát cũ của mình
được sử dụng làm trụ sở của Công An Miền. Chúng cho
người về tận Thăng Bình để kiểm tra lý lịch của tôi và
tháng Tám, 1975, tôi bị đưa ra tòa án nhân dân kết án
chung thân." Hằng đêm, cứ mỗi lần liên lạc nói chuyện với
ông Hồ Biên, tôi đều nghe thấy tiếng khóc. Ông luôn luôn
nói rằng ông ân hận đã để vợ và 5 đứa con bị chết chỉ vì
ông trốn. Tôi chỉ biết nói với Hồ Biên rằng dù ông có ra
trình diện thì cả ông và vợ con đều sẽ không thoát chết
đâu. Tôi chỉ còn biết an ủi ông và điều làm đúng nhất của
ông trong lúc này là làm sao bảo toàn được sức khỏe và
chờ đợi cơ hội khác. Ngày tôi ra khỏi khu biệt giam ở trại
B- 5 Tân Hiệp Biên Hòa để bị đẩy phòng giam tập thể, nơi
giam giữ hầu như toàn bộ viên chức tiểu khu Long Khánh
kể cả Đại Tá Phúc, tỉnh trưởng, thì Hồ Biên bị đẩy lên xe
cùng một số cán bộ Xây Dựng Nông Thôn chuyển trại. Từ
đó cho đến mười mấy năm sau này, tôi không còn gặp Hồ
Biên tại bất cứ trại tù lao cải nào.

Tuy nhiên, có một câu hỏi mà tôi cần trả lời ngay, đó là
tại sao nhà cầm quyền Cộng Sản lại gọi việc lưu đày
những tù nhân vào loại trại có mã số "A" là Phương Án 4.
Thực ra, ít có tù cải tạo nào hiểu được rằng khi bị giải giao
từ các trại khác lên trại A- 20, A- 30 hay A- 10 tức là nhà
cầm quyền Cộng Sản đã coi mỗi người tù là một "hồ sơ đã

được khép lại," có nghĩa là họ sẽ phải sống kiếp lưu đày vĩnh viễn. Đây là một kế hoạch lớn và Hà Nội bắt chước kiểu lưu đày tất cả các nhân sĩ, trí thức, quân nhân chế độ, những quân nhân trong Hồng Quân Liên Xô bị nghi ngờ phản động ở Tây Bá Lợi Á thời Stalin từng được văn hào Aleksandr Isayevich Solzhenitsyn kể lại những chi tiết kinh khủng trong các tác phẩm từng được dịch sang Việt ngữ trước 30 tháng Tư, 1975 (như "Một ngày của Ivan Denisovich," "Quần Đảo Gulag" và "Tầng Đầu Địa Ngục.") Ông được trao giải Nobel Văn Học năm 1970. Khi tị nạn ở Hoa Kỳ, ông viết một số các bài lai cảo, trong đó khẳng định một cách rõ rệt tư cách tị nạn của ông, theo đó ông ghét cay ghét đắng chế độ cai trị ở Liên Xô nhưng lúc nào cũng yêu đất nước Nga. Sau khi Liên Xô sụp đổ, ông trở về sống nốt quãng đời còn lại ở nước Nga.

Trong khi đó, tại Việt Nam Cộng Sản, những người tù cải tạo nào bị lưu đày ra miền Bắc phần đông đều biết câu chuyện được các anh em gọi là câu chuyện về "13 con ma."

Nhóm từ "13 con ma" ở đây là một cách gọi mang tính châm biếm dành cho 13 sĩ quan cao cấp VNCH từ hàng tướng đến cấp đại tá trong một ủy ban được Cục Trại Giam Miền Bắc, Bộ Nội Vụ và Bộ Công An thành lập để nghiên cứu việc thành lập một Tiểu Tây Bá Lợi Á tại một vùng hành lang song song với đoạn khởi đầu đường mòn Hồ Chí Minh thuộc Đồng Hới chạy dài xuống phía Nam tận Hương Hóa, Khe Sanh.

Khi tù cải tạo bị đày ra ngoài Bắc được lần lượt giải giao về những trại trong Nam sau khi Trung Quốc đánh chiếm chớp nhoáng 6 tỉnh biên giới Việt - Trung năm 1979, anh em chúng tôi gặp lại nhau ở trại A- 20 Xuân Phước, các bạn tù bị lưu đày ở miền Bắc kể lại khá nhiều chi tiết về kế hoạch nói trên, nhưng không có chi tiết hoặc nhiều khi câu chuyện lại chỏi nhau. Mãi cho đến năm 1982, các cô chú tôi từ miền Bắc vào thăm bố tôi trước khi ông qua đời, họ có nhắc tới mối lo ngại rằng tôi có thể bị chỉ định cư trú tại một vùng thuộc Nghệ An sau khi được thả và gia đình cũng có thể bị trục xuất ra sống tại vùng đất đó. Dường như "Phương Án 4" đầy những tù cải tạo ra các trại A- 20, A- 30 và A- 10 có liên quan đến những tin tức nói trên. Đỗ Khắc Minh, người bạn tù mà chúng tôi gọi thân mật là Minh "cà chua," một cựu sĩ quan từng tham dự vào vụ nổi loạn tại trại tù Suối Máu - Biên Hòa đêm Giáng Sinh 1978 và một vài vụ khác nữa ở nhà tù Chí Hòa sau đó cho tôi biết một chi tiết khá quan trọng khi chúng tôi gặp nhau ở trại A- 20 Xuân Phước: "Sau vụ nổi loạn năm 1978, bọn tôi, những người trong tổ chức lãnh đạo vụ nổi loạn bị đưa vào biệt giam ở nhà tù Chí Hòa, bọn thẩm cung nói thẳng là nhóm chúng tôi sẽ bị đưa đi an trí để có thời gian suy nghĩ về hành động của mình. An trí ở đây theo tôi có nghĩa là anh em chúng mình sẽ là những hồ sơ đã đóng lại và khó lòng ra khỏi nhà tù của họ trừ phi có một biến chuyển nào ghê gớm lắm từ bên ngoài."

Minh "cà chua" nói đúng những điều mà viên đại úy công an tên là Tý, cán bộ an ninh trại Z- 30C, năm 1979 nói với một số đông những người bị gọi lên thẩm cung sau ngày Trung Quốc tấn công 6 tỉnh miền Bắc: "Các anh sẽ được chuyển tới một nơi an toàn để cải tạo lâu dài tại đó."

'Phương Án 4'

Cả đội 41 phân trại A, trại cải tạo Z- 30C Hàm Tân nhốn nháo khi Tống Đăng Cứ từ ngoài cổng trại bước vào trong sân trại, nơi mấy chục đội lao động của tù cải tạo ngồi sẵn để chờ điểm số xuất trại ra bãi lao động. Đi theo Tống Đăng Cứ, cán bộ trực trại, là một trật tự viên, khệ nệ vác một chiếc bàn nhỏ. Cứ cầm một lọ hoa gồm những bông cúc vàng ngắt ở bồn hoa trước cổng trại đặt lên một góc bàn. Cả trại đang ồn ào vì chia nhau những điều thuốc lào hay trao đổi "hot news," một loại tin trời ơi đất hỡi chẳng cần chứng cớ, nói ra cho nhau nghe để nuôi hy vọng trong cuộc lưu đày lúc nào cũng đói khát và căng thẳng... bỗng im bặt. Tù cải tạo chúng tôi thấy trực trại mang bàn "hương án" (chúng tôi gọi chiếc bàn trên có để lọ họ cúc là bàn hương án) thì chỉ có hai điều xảy ra: Một là có thể một vài anh nào đó được kêu tên thả, hai là có thể một số đông vào "chuồng cọp" nằm "nghỉ mát."

Tống Đăng Cứ rút trong túi áo ra một tờ giấy, có thể là một danh sách. Người đầu tiên ông gọi tên là tôi. Tôi đứng lên. Có tiếng xì xào: "Tên nó mà được gọi đầu tiên thì không có chuyện thả rồi, chắc lại sang chuồng cọp khu nhà đỏ." (Các buồng giam ở khu đất bên cạnh các buồng giam lợp lá, vách bằng cót, nền bằng đất nện, được xây cất thêm, cũng do tù cải tạo xây. Gọi là "khu nhà đỏ" vì các dãy nhà dùng làm buồng giam được xây bằng gạch, lợp ngói đỏ au, các chuồng cọp, tức xà lim cá nhân, được đổ bê tông và cửa bằng sắt dày).

Những người tiếp theo là Linh Mục Phan Văn Trọng, vị linh mục thường cử hành lễ riêng cho Tổng Thống Ngô Đình Diệm ở Dinh Gia Long thời Đệ Nhất Cộng Hòa, rồi đến Huỳnh Cự (hồi chánh viên cao cấp và làm tham nghị của Bộ Chiêu Hồi), Đoàn Bá Phụ (cựu đại đội trưởng Tiểu Đoàn 7 Nhảy Dù), Vũ Trọng Khải (đại úy cảnh sát, trưởng Phòng Căn Cước, Ty Cảnh Sát Đà Lạt), Trần Bửu Ngọc, tự Ngọc "đen" (cựu biệt kích), Nguyễn Văn Học, tự Học "thiện xạ" (sĩ quan Biệt Động Quân), chưởng môn Việt Võ Đạo Lê Sáng, Giáo Sư Châu Sáng Thế (giáo sĩ đạo Hồi), cựu Dân Biểu VNCH Khúc Thừa Văn (bí thư tỉnh ủy Việt Nam Quốc Dân Đảng Quảng Nam)... và cứ như thế trực trại Tống Đăng Cứ tiếp tục gọi tên những khuôn mặt được mô tả là "cứng đầu" nhất từng ra vào chuồng cọp như cơm bữa bước khỏi đội và xếp thành hai hàng khác ở góc sân. Đến lúc này thì anh em không còn bàn tán nữa. Cả một khoảng sân trở nên yên lặng vì họ cảm nhận được đang có một kế hoạch bất thường chỉ hai tháng sau khi Trung Cộng xua quân đánh chiếm sáu tỉnh miền Bắc Việt Nam đầu năm 1979. Cá nhân, tôi không ngạc nhiên vì trước đó cán bộ Lâm, quản giáo đội lao cải mà tôi đang lao động, đã báo cho tôi biết trước tin rằng tôi sẽ bị chuyển trại.

Lâm, người Hải Dương, miền Bắc Việt Nam, là một trong số rất hiếm quản giáo thuộc hàng sĩ quan công an học hết trung học. Anh là người nói năng nhỏ nhẹ, không thấy bắt đội phải kiểm điểm hay dùng chỉ tiêu lao động để đàn áp tù trong suốt thời gian coi đội 41. Có lần, không biết lấy thông tin từ đâu, Lâm kêu tôi vào nhà lô (lều dựng tạm để dụng cụ lao động của đội) chìa ra cuốn "English for Today," tập I, dành cho những người mới học Anh ngữ và nói: "Chuyện này cũng tùy thuộc anh thôi. Tôi được anh đội trưởng cho biết quá trình của anh nên tôi muốn nhờ anh chỉ bảo cho ít tiếng Anh. Nói thật, tôi đang muốn chuyển ngành sang Hải Quan. Ở trong rừng như thế này, tôi không thể nào có cơ hội lên Sài Gòn để học và chi phí lại đắt quá." Lập tức Lâm đưa tôi vào một thử thách khó vượt qua mà anh không biết.

Trước hết, chỉ nội chuyện hàng ngày không phải cuốc đất trồng khoai mì dưới cái nắng chang chang, bụng đói, nay được vào ngồi trong nhà lô với quản giáo, anh em trong đội sẽ nghĩ không biết là dạy Anh ngữ hay lại "to, nhỏ" gì với cán bộ, với quản giáo, là "chết cả một đời" tôi rồi. Dư luận trong tù mà! Sống trong tình trạng đói khổ hành hạ, con người ta có khi không kiểm soát được mình nữa để bản năng làm chủ ý chí nên chuyện bé thì xé ra to là lẽ thường tình. Thêm nữa, nội qui trại là cấm nói và học tiếng nước ngoài, ngay cả tiếng Nga và Trung Hoa. Ngồi mát dạy tiếng Anh cho cán bộ, đỡ phải cuốc là tốt cho cá nhân mình, ai mà không muốn? Nhưng đổi lại tôi phải gánh cái gánh nặng điều tiếng này nọ chẳng bõ. Thành thử, cuối cùng tôi phải dùng đủ mọi lý lẽ để từ chối và sẵn sàng đón nhận những cú "đì" của Lâm. Nhưng cho đến ngày tôi rời khỏi Z- 30C, điều này chưa xảy ra. Trái lại, hai ngày trước một giai đoạn khác của cuộc lưu đày, Lâm còn cho biết tôi sẽ phải đối đầu với một vụ chuyển trại quan trọng.

Tôi được xác nhận cuộc chuyển trại lần này là dưới ảnh hưởng của "Phương Án 4." Người xác nhận chính là cán bộ Tý, an ninh trại. Sau khi gọi tên ra khỏi đội 41, tôi và khoảng sáu, bảy người khác, trong đó có anh Huỳnh Cự, chờ để lên "làm việc" trên ban quản trại, những người khác trở về đội của mình dọn dẹp tư trang để được "biên chế" (chuyển sang đội khác hay thành lập đội mới). Tôi bị dẫn vào phòng an ninh của Tý. Bị gọi đi thẩm cung với ông này là điều tôi mừng rơn. Lý do dễ hiểu: Tý nói nhiều, nói huyên thuyên về Chủ Nghĩa Xã Hội mà tôi nghĩ rằng ông cũng không biết nhiều. Viên cán bộ an ninh này ít hỏi mà ngược lại khoái giảng. Kinh nghiệm nhiều lần bị hỏi cung giúp cho tôi chiêm nghiệm một điều. Đó là, nhân viên thẩm vấn nào của công an mà hỏi nhiều, hỏi liên tiếp, hỏi nhiều câu tưởng như vớ vẩn tức là tay đó có trình độ chuyên môn cao, phải coi chừng. Và ngược lại, cái tật nói nhiều, hay giảng giải, thích nâng quan điểm là những yếu tố để lộ ra trình độ yếu kém của nghiệp vụ thẩm cung, cho nên việc tránh né những mũi tên ông này bắn ra không khó khăn lắm.

Chẳng hạn như buổi sáng hôm đó, Tý nói với tôi như thế này, về việc chuyển trại, nghe như chọc vào lỗ tai: "Chắc các anh không biết rằng cho tới nay, dân chúng ở ngoài người ta vẫn còn thâm thù cách anh, họ chưa nguôi cơn giận. Nhưng vì lòng nhân đạo, chính quyền nhân dân có bổn phận phải bảo vệ các anh. Gần đây tình hình khá bề bộn sau khi Trung Quốc tấn công chúng ta. Chuyện vẫn chưa yên đâu, phức tạp lắm. Lẽ ra, nhà nước đã phải đem các anh đi bắn hết rồi nhưng chúng tôi khoan hồng cho các anh đi cải tạo, chừng nào tốt thì cho về. Nhưng trước mắt, chúng tôi phải bảo vệ các anh, đưa các anh đến một nơi khác an toàn hơn, cũng ở trong Nam thôi, nhưng có đủ điều kiện an ninh để cải tạo tốt..." Thế là cán bộ Tý, như người bị đồng nhập, bắt đầu "giảng" lý thuyết Cộng Sản, theo đó thì "nhân dân ta mỗi người làm việc bằng hai, của cải sẽ dư thừa và đó là lúc chúng ta hưởng theo nhu cầu." Tôi không hiểu Tý diễn kịch hay mê thứ chủ nghĩa không tưởng này thật. Nhưng phải nhìn ông, một con người thấp bé, da đen sạm, gầy như bơi trong bộ đồng phục vàng của công an, hai cầu vai màu đỏ, giữa có bốn ngôi sao vàng và một gạch vàng ở dưới (cấp bậc đại úy công an) cứ chồm lên khỏi ghế ngồi, nói văng cả nước miếng trước mặt một tù cải tạo gầy như xác ve, quần áo tù mới có bốn năm thôi mà đã vá chẳng đụp, da xanh mét vì thiếu ăn, mới nhận ra được đủ những nét thê thảm của một đất nước khi nó rơi vào tay những con người như Tý.

Trong suốt buổi thẩm cung, tôi chỉ bị cán bộ Tý hỏi có một câu mà tôi cho rằng nó lãng nhách, buồn cười, pha nhiều bi phẫn: "Anh thấy tôi nói có đúng không hay lại như nước đổ đầu vịt?" Viên cán bộ an ninh này lại đặt ra cho tôi một thử thách nữa. Ông này, với tư cách là sĩ quan thẩm vấn của công an, đặt ra một cái mốc tốt đẹp cho một thứ chủ nghĩa mà có lẽ đến ngày xuống lỗ chắc cũng không thể tin hay theo được, rồi hỏi tôi nghĩ thế nào. Một người tù như tôi, nếu khen cán bộ là nói hay quá, tôi "quán triệt" được hết thì hóa ra tôi cũng đã tự lừa dối và tự biến mình thành một đứa mất nhân cách, nhưng nếu nói thẳng ra rằng cán bộ là một tên đang bị đồng nhập thì sẽ bị nâng quan điểm là không tin tưởng vào Chủ Nghĩa Xã Hội, mà đã không tin tưởng thì sẽ không an tâm cải tạo, mà không an tâm cải tạo là bị "cùm" rồi.

Cuối cùng, trong đầu tôi lóe ra một hình ảnh và tôi trả lời: "Tôi bị cho ăn đói quá, làm việc nặng, lại bị cấm thăm gặp triền miên nên đầu óc mụ đi, cán bộ nói sao thì tôi nghe vậy thôi." Tý đập bàn gọi vệ binh dẫn tôi về đội chứ không mang đi cùm. Cứ nhìn vào những gì đang xảy ra, cuộc chuyển trại sẽ diễn ra nội nửa đêm hôm đó cho nên nếu Tý có cùm tôi thì cũng chỉ cùm được vài giờ là phải thả tôi ra. Tôi hiểu rất rõ rằng, khi người tù đã nằm trong danh sách chuyển trại, trại mới sẽ không nhận số tù đã được thông báo nếu thiếu, dù chỉ một người. Dù sao buổi thẩm cung này cũng là buổi bị thẩm cung ngắn nhất trong đời tù của tôi.

Nửa đêm hôm đó, những tù nhân cải tạo bị kêu tên ra khỏi đội hồi sáng bị chuyển trại.

Hãy Coi Như Đã Chết

"Ta khua xích kêu vang dậy trước mặt mọi người
Nụ cười muôn đời là một nụ cười không tươi."
(Việt Nam Quê Hương Ngạo Nghễ - Nguyễn Đức Quang)

Người dân ở ngoài những trại tù cải tạo ít khi được thấy chúng tôi chuyển trại như thế nào. Lý do là tất cả những cuộc chuyển trại mà chúng tôi phải trải qua đều diễn ra vào lúc nửa khuya hay trước hừng đông.

Trên lộ trình dẫn tới trại mới, thông thường tù nhân phải tiểu tiện ngay trên xe chứ ít khi đoàn xe dừng lại. Để đề phòng bất trắc, toán công an trại giam thường sử dụng khoảng 2 trung đội công an vũ trang với ít nhất là 4 khẩu thượng liên đi kèm đoàn xe chở tù cải tạo di chuyển. Buổi sáng, sau khi chúng tôi bị dẫn lên ban quản trại để làm việc, những người nằm trong danh sách chuyển trại được "biên chế" thành hai đội 42 và 43 và dọn vào ở chung nhà 2, tức là láng thứ hai từ ngoài cổng trại trở vào. Tôi loan báo nội dung của buổi làm việc và kết luận: "Chúng ta có nhiều phần bị chuyển trại vào nửa đêm nay." Tôi và anh Huỳnh Cự cũng khuyên mọi người là ai còn thực phẩm thăm nuôi thì đem ra dùng hết đi chứ đến trại mới có thể bị tịch thu căn cứ theo kinh nghiệm những lần chuyển trại trước mà hai chúng tôi phải trải qua. Vào khoảng 10 giờ đêm, thêm nhiều vệ binh súng dài vác CKC (súng trường do Tiệp Khắc hay Trung Cộng sản xuất) vào tăng cường tuần tiễu trong trại. Họ bắt chúng tôi phải tắt đèn đi ngủ đúng 10 giờ đêm như nội quy, trái với bình thường có khi họ để chúng tôi tắt đèn trong buồng giam khoảng 12 giờ đêm, khiến nhiều buồng giam khác lo ngại vì tình trạng bất thường này.

Nhưng làm thế nào mà ngủ được vì mọi người đều lo lắng không biết tương lai sẽ về đâu. Một số anh em leo lên chỗ tôi nằm để hỏi xem, qua buổi "làm việc," tôi có thể đoán biết trại sẽ tới là trại nào không. Tôi nói: "Nếu hắn mà cho biết trại sẽ tới thì cần gì họ phải đặt ra cán bộ an ninh, nhưng theo chiều hướng này chúng ta có nhiều phần trăm bị đưa đi an trí vĩnh viễn đấy, các bạn cũng nên chuẩn bị tinh thần trước, chấp nhận phần xấu nhất về phần mình, như thế mới mong sống tự do trong những cái cũi như thế này. Ở Bắc, ở Trung, ở Nam, đâu cũng chỉ có cũi và lồng cho chúng ta mà thôi." Tôi nói như vậy cũng vì cho rằng khi chấp nhận cùng lắm là ra "đồi thông" (từ ngữ chúng tôi dùng để chỉ nghĩa trang dành cho cải tạo) thì mọi chuyện trở nên nhẹ nhàng và không còn sợ hãi bất cứ điều gì. Khi không còn sợ hãi, người tù sẽ cảm thấy thanh thản và tự do.

Tuy mới tù đày được 4 năm, do trải qua khá nhiều sóng gió, kể cả lối tra tấn bằng không cho ngủ và chiếu đèn điện cực sáng vào mặt ở khu thẩm vấn của trại B- 5 Tân Hiệp, Biên Hòa, tôi hiểu lý do tại sao người Cộng Sản phải thoát ly gia đình khi dấn thân vào con đường tranh đấu. Chỉ để họ không bị vướng bận gì về gia đình! Nhiều người có cách nhìn khác nhau về điểm này. Cá nhân, tôi có nhiều lý do để tin rằng những vướng bận gia đình có thể trở thành áp lực mà cán bộ trại giam sử dụng để hành hạ mình. Trong biết bao nhiêu cuộc thẩm vấn, tôi không còn sợ bị đánh đập nữa (ở khu biệt giam trại B- 5, chuyện cai tù Việt Cộng đánh đập, lên gối tù nhân đến lời cả cơm ra ngoài là chuyện thường xảy ra), điều tôi sợ nhất là nhân viên thẩm vấn vui vẻ mời tôi thuốc hút và nói: "Tôi vừa gặp anh Minh, anh cả của anh và cụ Bôi mẹ anh. Nói chung là gia đình anh vẫn bình yên và dù khó khăn họ cũng muốn anh đừng giấu chuyện gì, cải tạo tốt để sớm trở về với gia đình." Đây không phải là một thông tin thông thường tình cảm, mà ngược lại, vào giai đoạn đó, nó là một lời đe dọa. Bởi vì thông tin này cho tôi hiểu là gia đình tôi không an toàn và có thể họ đã đưa ông anh cả tôi vào tù rồi không chừng.

Người anh cả của tôi đang dạy học ở trường trung học Trưng Vương thì bị gọi động viên khóa 16 trường Bộ Binh Thủ Đức. Ra trường, anh nhận đơn vị tại tiểu khu Long Khánh, sau đó anh bị đổi đi Phước Long phục vụ trong ủy ban yểm trợ Xây Dựng Nông Thôn tỉnh. Sau lần bị du kích Việt Cộng phục kích ở Phước Quả, bị thương ở lưng, anh được giải ngũ và trở lại bục giảng ở trường cũ. Thực ra, nếu điều không may ấy xảy ra với người anh cả tôi thì mẹ tôi là sẽ là người bị thử thách nặng nhất. Lúc ấy gia đình tôi sẽ là một gia đình mà 3 con trai đều đi tù hết và mẹ tôi sẽ là người mẹ sống cô độc với mấy đứa cháu nội. Em tôi, Quang, trung úy dược sĩ, bị đưa ra trại cải tạo ở đảo Phú Quốc. Nó cùng với một số sĩ quan khác tổ chức cướp tàu đánh cá để trốn trại. Xuống được tàu rồi, các cậu đề máy nhưng máy không nổ. Lý do: Sau một ngày đánh bắt cá, các chủ tàu được lệnh phải hút hết dầu ra để sáng hôm sau đổ vào lại để ra biển. Chỉ vì không nghiên cứu và không biết được chi tiết đó, vụ cướp tàu thất bại. Cả đám chạy lên núi. Công an bao vây mấy tuần lễ, đói quá họ phải xuống núi đầu hàng. Nó bị đưa về Hàm Tân Z- 30D và bị cùm trong connex bằng sắt cả năm trời, sau đó được đưa ra trại lao động và được thả sau 8 năm tù.

Những tin tức vừa kể tôi chỉ được biết khi được thả và trở về với gia đình cuối năm 1988, chứ còn thời gian 4 năm đầu tôi hoàn toàn như sống trong một thế giới khác, cách biệt hẳn với bên ngoài vì nhà cầm quyền không cho phép mẹ tôi lên thăm và nếu có được lên thăm thì trại cũng không cho phép tôi ra gặp. Tôi không biết đây là điều may mắn hay bất hạnh cho tôi, nhưng rõ ràng việc phải đối phó với những áp lực nhà tù khiến tôi còn rất ít thời giờ dành cho tình cảm gia đình. Chỉ những giây phút vào giữa đêm khuya thanh vắng, không ngủ được bởi bị dằn vặt bởi cái đói và sự lo nghĩ hành hạ, những kỷ niệm về gia đình, về bố mẹ tôi, về anh tôi và đứa con trai mới xuất hiện trở lại trong tâm tưởng, và đó là những giây phút tôi khổ sở nhất. Những giây phút chùng lòng như thế đã dẫn tôi tới một quyết định không liên lạc gì với gia đình nữa. Vả lại, mỗi lần trại cho tù nhân viết thư cho gia đình thì phần đông do đói quá, ai cũng kê khai một danh sách dài những thứ họ cần mà không hề biết được ở xã hội bên ngoài, gia đình có đủ điều kiện cung cấp không. Nếu gia đình mình nghèo thì những bức thư ấy sẽ chỉ làm cho người thân áy náy thêm trong khi hàng ngày họ cũng phải đối phó một cách khó khăn lo cho miếng ăn của những người còn lại bên ngoài. Cho nên, tôi nghĩ rằng thà để cho gia đình coi như mình đã chết là phương thức hay nhất giúp cho những người ruột thịt còn lại tập trung vào việc bươn chải giữa một xã hội đầy những kỳ thị, đói khổ để kiếm kế nuôi nhau.

Khoảng 1 giờ đêm, trực trại Tống Đăng Cứ và khoảng 10 vệ binh súng dài đốt đuốc vào trại đập cửa nhà 2 rầm rầm. Giọng anh ta làm ra vẻ khẩn cấp hô lớn: "Tất cả dậy, thu vén tư trang, điểm số và ra xếp hàng ngoài sân để chuyển trại." Khi trật tự mở cửa buồng giam, chúng tôi thấy Tống Đăng Cứ lăm lăm khẩu K- 54, ra lệnh: "Các anh có 10 phút chuẩn bị, bỏ lại hết ca cóng, chỉ mang theo quần áo mùng mền, tuyệt đối không mang theo vật bén nhọn. Anh nào vi phạm, tôi cùm cho mọt gông. Sau khi chuẩn bị tất cả ngồi yên nghe gọi tên. Gọi đến ai thì người đó sẽ hô to có mặt sau đó mang tư trang bước ra ngoài sân xếp thành hàng một, cán bộ sẽ kiểm tra tư trang. Tuyệt đối mọi hành vi đều phải theo lệnh cán bộ, anh nào ngược lại sẽ bị bắn bỏ." Chúng tôi lần lượt bước ra cửa buồng giam. Sân trại rực sáng và ánh đuốc bập bùng lung linh trong những đôi mắt tù nhân như những ngọn lửa căm hờn. Đám vệ binh súng dài thỉnh thoảng lại lên cò súng lách cách như một tín hiệu đe dọa là họ sẵn sàng hành động.

Sau khi chúng tôi bị kêu tên điểm số lần thứ hai, một trật tự viên đẩy vào một xe cải tiến trên chất đầy những cục cơm nắm tròn, mỗi cục bằng gần hai nắm tay. Sau đó một vệ binh cũng đẩy vào một xe cải tiến khác, trên đó đầy những sợi dây xích và khóa. Sau khi mỗi người được phát một cục cơm và một ít muối bọt, cán bộ giáo dục trại, một trung sĩ công an chừng khoảng 21- 22 tuổi luôn khoe mình đã học hết lớp 10 và đang học tiếng Nga, nói cho chúng tôi biết rằng nắm cơm được phát là dùng cho hai buổi trưa và chiều, đến trại mới chưa có khẩu phần ngay đâu. Sau đó anh hướng dẫn cho các trật tự viên xích tay chúng tôi cứ hai người một sợi dây xích và khóa cứng lại bằng một còng số 8 (loại còng Cảnh Sát Quốc Gia dùng để còng tay tội phạm). Tôi bị xích chung với Linh Mục Phan Văn Trọng. Xong xuôi, chúng tôi cứ người một bước ra khỏi cổng trại. Một hàng năm sáu chiếc xe đò nối đuôi nhau trên con đường trước cổng trại cùng với những chiếc "commando car" có bố trí súng thượng liên. Tôi nói với linh mục: *"Lần này chúng ta được ngồi xe đò chứ không bị xếp lên motolova trùm kín nữa."* Chúng tôi bước tới những chiếc xe đò này theo lệnh của trực trại. Tiếng xích chạm vào nhau kêu loảng xoảng. Thời chiến tranh, tôi đã từng nghe tranh luận một đề nghị của Hạ Viện là thay đổi quốc ca VNCH bằng một trong hai ca khúc "Việt Nam, Việt Nam" của Phạm Duy và "Việt Nam Quê Hương Ngạo Nghễ" của Nguyễn Đức Quang, nhưng chuyện thay đổi này không thành vì nhiều lý do. Tôi thích bài của Nguyễn Đức Quang nên vào lúc nghe tiếng dây xích sắt chạm nhau kêu loảng xoảng trong lần chuyển trại ấy, tôi chợt nhớ lại khúc đầu của lời nhạc mà tôi cho là kiệt tác của Quang. Tôi nhẩm trong đầu:

"Ta như nước dâng dâng tràn có bao giờ tàn
Đường dài ngút ngàn chỉ một trận cười vang vang
Lê sau bàn chân gông xiềng cuộc đời xa xăm
Đôi mắt ta rực sáng theo nhịp xích kêu loang xoang!
Ta khua xích kêu vang dậy trước mặt mọi người
Nụ cười muôn đời là một nụ cười không tươi
Nụ cười xa vời nụ cười của lòng hờn sôi
Bước tiến ta tràn tới tung xiềng vào mặt nhân gian!"

Khoảng 3 giờ sáng đoàn xe mới lăn bánh ra khỏi trại Hàm Tân Z- 30C.

Vụ Chuyển Trại Vui
và Buồn Nhất Đời Tù

Trời mùa Hè cho nên mới có 4 giờ sáng, chúng tôi đã có thể nhìn thấy Rừng Lá Bình Tuy đang "chạy" ngược lại qua cánh cửa chiếc xe đò. Mọi người vui như Tết, nói cười ồn ào như quên hết những thử thách và đe dọa sẽ đến với mình trong năm sáu giờ đồng hồ nữa. Dường như mọi người cũng quên cả đói. Khi lên xe đò, chúng tôi còn bị xiềng chân vào ghế ngồi của mình. Chẳng có ai buồn quan tâm đến điều đó, cũng không ai cần biết liệu xe đò chạy với tốc độ này, liệu cái túi mà trại gọi là tư trang của chúng tôi gồm vài bộ quần áo, chăn, mùng mền rách để trên nóc xe có bay xuống đường hay không. Tuy thế, dù cười đùa chọc phá nhau, không anh nào quên cầm chắc nắm cơm và ít muối bọt. Lần đầu tiên trong 4 năm tù, chúng tôi được phát một nắm cơm trắng không có độn khoai mì khô. Linh Mục Phan Văn Trọng đang vui vẻ nói chuyện tiếu lâm với những anh em ngồi tại các ghế bên cạnh quay sang tôi hỏi: "Biết chuyện tiếu lâm kể cho vui?" Tôi nói: "Không, thưa bố." Ngài cười khà khà: "Như thế là mi để mất đi nửa cuộc đời rồi, nhưng tao nói cho mi nhớ nếu sau này có ra khỏi tù gặp nhau thì chớ gọi tao là bố đấy nhé." Linh Mục Trọng là một trong những linh mục chúng tôi kính mến trong suốt đời tù, không phải vì cùng tôn giáo hay vì ông là linh mục mà vì tư cách của ngài, tính tình hiền hòa, vui vẻ, có óc hài hước, suy nghĩ cởi mở với các tôn giáo bạn, nhất là cái tính thẳng thắn, thành thật ngay cả khi trả lời những câu hỏi liên quan đến cố Tổng Thống Ngô Đình Diệm hay các nhân vật có tiếng thời Đệ Nhất Cộng Hòa như các ông Võ Văn Hải, Trương Vĩnh Lễ, Phạm Văn Nhu, Trần Chánh Thành, Trần Trung Dung, các bác sĩ Lý Trung Dung, Trần Kim Tuyến và ông Nguyễn Đình Thuần.

Chúng tôi có tập quán là gặp những tu sĩ thuộc bất cứ tôn giáo nào trong tù, anh em chúng tôi bất kể mình theo tôn giáo nào, không ai bảo ai, đều gọi họ là "bố," xưng "con," bởi vì cách xưng hô này giúp để bảo vệ những nhà tu. Nội qui của trại không cho phép gọi những tu sĩ này theo chức danh tôn giáo. Bọn cán bộ nhà tù nghe được, họ lờ đi thì không sao, nhưng gặp người khó khăn và lòng đầy thù hận thì không những các vị tu sĩ "bị" chúng tôi gọi bằng chức danh tôn giáo mà chính ngay chúng tôi cũng đi "nằm ấp," có khi rất dài hạn. (Nằm ấp tức là vô xà lim cá nhân, ấp đồng nghĩa với hộp nhỏ, chuồng cọp, cũi, tiểu biệt thự là những ngôn ngữ chúng tôi dùng với nhau trong tù cải tạo). Cán bộ thẩm vấn (thường là an ninh trại) sẽ không ngần ngại nâng quan điểm xưng hô với các tu sĩ thành tội "truyền đạo." Nâng quan điểm nghĩa là bé xé ra to để trừng phạt tù nhân. Chẳng hạn như tù nhân do đói không kiểm soát được mình bẻ trộm một trái bắp non, bị bắp gặp sẽ bị cáo thành: "Tôi, tàn dư của tay sai đế quốc Mỹ phá hoại kinh tế xã hội chủ nghĩa."

Thời gian ở trại Z- 30C Hàm Tân, ít nhất đã có hai tu sĩ, một Phật Giáo và một Công Giáo nhận những hậu quả của việc nâng quan điểm. Người thứ nhất là Linh Mục Nguyễn Văn Bộ của nhà thờ Fatima. Ngài cũng được anh em tù cải tạo quí mến vì tính tình hài hòa nhưng cương quyết. Linh Mục Bộ thường hay lén làm lễ vào sáng Chủ Nhật cho anh em tù nhân có đức tin Công Giáo, nhưng ngài bị ngay một "ông" con chiên đạo dòng và gia đình có người đi tu báo cáo chuyện này lên an ninh trại. Linh Mục Bộ bị cán bộ an ninh Tý gọi đi làm việc và bắt viết kiểm điểm. Cái khẩu hiệu mà tù nhân nào khi bị làm kiểm điểm cũng phải viết trên đầu tờ giấy, "Cộng Hòa Xã Hội Chủ Nghĩa Việt Nam, Độc Lập - Tự Do - Hạnh Phúc" thì Linh Mục Bộ viết thành "Cộng Hòa Xã Hội Chủ Nghĩa Việt Nam, không Độc Lập - không Tự Do - không Hạnh Phúc." Lần thẩm vấn nào linh mục cũng viết như vậy và cuối cùng cán bộ trại giam phải giở hết thủ đoạn đánh đập, o ép tinh thần, không cho nhà thờ lên thăm gặp để tiếp tế cho ngài. Cuối cùng trại Hàm

Tân thất bại trong việc ép cung và phải chuyển ngài về lại nhà tù Chí Hòa. Theo tin tức của anh em từ Chí Hòa được chuyển lên trại trừng giới A- 20 Xuân Phước vào năm 1982 thì Linh Mục Nguyễn Văn Bộ được thả về một năm trước đó. Cuối 1988 tôi được thả nhưng bị quản chế cho nên mãi năm 1991 mới tìm dịp lên thăm ngài ở nhà thờ Fatima, nhưng nơi đây cho biết ngài qua đời đã lâu.

Người thứ hai mà tôi nhắc tới là Thượng Tọa Thích Huệ Đăng, một tu sĩ Phật Giáo rất trẻ xuất thân từ một ngôi chùa nhỏ ở Nha Trang. Ngài là người tổ chức qui y cho một số tín đồ, chọn pháp danh cho họ ngay trong nhà tù, trong đó có cả tôi, và đổi lại ngài đã phải khăn gói quả mướp vào nằm ấp cùm 2 chân mất 3 tháng. Còn trẻ tuổi, người cao lớn, tiếng nói như lệnh vỡ, vào những ngày rằm, mồng Một Âm Lịch, ngồi thiền từ sáng đến tối không ăn, Thượng Tọa Huệ Đăng trở thành người mà không cán bộ trại giam nào là không "để ý" đến. Nhưng thái độ thong dong, nói năng ôn tồn, trôi chảy như người viết văn với viên chính ủy trại tên là Phan Quang khiến anh em chúng tôi rất quí mến ngài. Trong trại giam mà báo nghỉ không lao động vào ngày rằm và mồng một Âm Lịch hay những ngày lễ trọng của Phật Giáo để ngồi thiền từ sáng đến chiều thì không thể tránh được bị đám an ninh trại giam cáo buộc là hành động thách thức và nặng hơn: phá hoại kỷ luật và trật tự trại giam. Buổi sáng rằm Tháng Bảy Âm Lịch 1978, Thượng Tọa Huệ Đăng từ trên sàn ngủ trên leo xuống đất đến báo cho đội trưởng biết là hôm nay rằm Tháng Bảy, ngài xin nghỉ lao động để hành đạo. Đội trưởng nói: "Thầy nhớ lên bệnh xá khai bệnh cho hợp lệ." Người tu sĩ Phật Giáo này trả lời tỉnh bơ: "Tôi có bệnh gì đâu mà khai, anh cứ báo cáo cán bộ quản giáo là hôm nay tôi xin nghỉ lao động và sẽ làm bù lại cho trại." Thế là ngài leo lên bắt đầu ngồi thiền. Khi đội trở về từ bãi lao động, tôi thấy thượng tọa không còn ngồi thiền trên sàn trên nữa. Người bạn tù trực nhà báo cho anh em biết ngay: "Các ông đi lao động rồi, thằng chính ủy Quang nó xuống." Hắn hỏi thầy Huệ Đăng: "Bệnh gì mà nghỉ?"

Thầy nói: "Không có bệnh gì cả, nhưng hôm nay là lễ trọng của Phật Giáo trong mùa Vu Lan, tôi cần tịnh tâm để nghĩ về công đức của đất nước, tổ tiên, cha mẹ. Nghỉ hôm nay, nhưng ngày mai tôi sẽ làm bù lại nếu trại cần. Dĩ nhiên cán bộ không chấp nhận chuyện này và sẽ kỷ luật tôi. Nếu như thế thì tôi phải cám ơn cán bộ vì trong biệt giam tôi có điều kiện tốt hơn để tịnh tâm. Ổng đi nằm hộp rồi, còn hẹn mấy tháng nữa sẽ gặp lại chúng ta." Tuy nhiên, lần này họ chỉ cùm Thượng Tọa Huệ Đăng đúng 2 tuần lễ thì cho về lại đội. Có lẽ họ cũng bắt đầu nản ông thầy tu vào ra "chuồng cọp" như cơm bữa này rồi chăng? Thượng Tọa Thích Huệ Đăng được thả trước tôi một năm, và Tết 1989, ngài đến thăm tôi tại nhà.

Thầy trò nói chuyện và ăn với gia đình tôi bữa cơm chay. Đó là bữa cơm đầu tiên và cũng là bữa cơm cuối cùng vì năm 1990, ngài bị nhà cầm quyền bắt lại và "bóc" thêm gần chục cuốn lịch khác. Được tha về lần thứ hai, ngài chỉ sống đạo được một thời gian ngắn thì viên tịch.

Đoàn xe chạy với tốc độ nhanh trên Quốc Lộ 1 qua Phan Rang, rồi sau đó vào địa phận Nha Trang. Các xe phía trước đều dạt vào bên đường. Nhìn thấy đoàn xe công an trang bị cả súng thượng liên, các xe trên đường đều biết công an đang giải giao tù cải tạo nên nhường đường. Những người đi xe gắn máy khi dừng xe đều vẫn tay hay nón chào chúng tôi. Khi gần đến địa phận Sông Cầu, đoàn xe phải đổ xuống hết một con dốc và sau đó ngừng lại. Nắng lúc này đã lên cao và chói chang. Xe ngừng hẳn, toán công an giải giao nhảy ra khỏi các xe áp tải, lên đạn các khẩu tiểu liên AK- 47. Họ đứng ở dưới mỗi cửa xe đò, nói lớn: "Cho các anh xuống xe tạm nghỉ cơm nước, tiểu tiện. Tôi nhắc lại kỷ luật: các anh phải ngồi yên, sẽ có cán bộ đi mở xích chân." Sau đó mọi người lần lượt xuống xe đến bãi tập trung phía trước, sẽ có cán bộ chỉ dẫn nội qui khi di chuyển ra khỏi bãi để tiểu tiện. Bãi trước mặt chỉ là một đồi cỏ thấp bên cạnh quốc lộ, không có quán sá gì.

Phía bên kia quốc lộ trước mặt chúng tôi là một cánh đồng khoai mì đã thu hoạch rồi, còn trơ lại những gốc khô. Sau khi điểm số, cứ mỗi cặp như vậy lại bị xích chung với nhau thành một chùm 4 người. Cặp xích chung với tôi và Linh Mục Trọng là anh Huỳnh Cự và Đoàn Bá Phụ. Chúng tôi ngồi xuống cỏ và bắt đầu ăn những nắm cơm chấm với chút muối bọt. Sau đó, cứ một chùm 4 người đứng lên báo cáo cán bộ uống nước. Toán giải giao mang theo hai thùng nước và 4 cái gáo dừa. Cứ 4 người uống xong lại đến 4 người khác. Nếu một trong 4 người mắc tiểu thì cả 4 người phải đứng ra cách vị trí của vệ binh súng dài khoảng từ 8 đến 10 bước nói lớn: "Xin cán bộ cho đi tiểu." Nếu được chấp thuận thì cả 3 người kia phải đi theo người bạn tù của mình đến bãi đất cách đó khoảng 20 thước. Bao giờ cũng có khuyến cáo từ phía sau: "Đừng có mà chạy đấy nhé, không thoát đâu, chúng tôi sẽ bắn ngay sau lưng đấy." Có chùm im lặng, nhưng cũng có chùm phản ứng nhẹ nhàng: "Cán bộ ơi, yên trí đi, xích chung hai người một còn không trốn được huống chi bây giờ 4 người, bốn người mà bỏ chạy 4 hướng khác nhau có khi trở thành tứ mã phanh thây nhau không chừng." Vậy mà cũng có vệ binh đáp lại: "Ấy thì tôi nói thế thôi, chứ lơ là để một anh trốn là đời tôi khốn nạn rồi."

Chúng tôi ăn chưa hết nắm cơm thì thấp thoáng trên đường lộ, những người bán hàng rong xuất hiện. Có lẽ đây là đội quân hàng rong bán cho khách xe đò như những ngày trước 30 tháng Tư, 1975 chúng tôi thường thấy gần bến phà Trung Lương với những lời rao hàng ơi ới, ồn ào như vỡ chợ. Những người bán hàng rong này mới đầu đứng cách xa chúng tôi chừng 30 thước. Họ ngập ngừng như muốn tiến tới chào hàng với chúng tôi, nhưng có thể do nhìn thấy người nào cũng bị xiềng hoặc có thể sợ vệ binh súng dài đuổi nên cứ đứng chỉ trỏ, rồi nói với nhau những gì chúng tôi không nghe rõ. Nhưng rồi một người đàn ông đứng tuổi mặc một bộ quần áo cho công nhân màu xanh dương tiến tới trước hai vệ binh đang canh gác chúng tôi và nói: "Anh vui lòng cho phép chúng tôi giúp các anh em tù nhân ít thực phẩm, chẳng đáng gì đâu chỉ gồm bánh trái và khoai mì thôi." Một trong hai vệ binh này trả lời: "Chúng tôi phải bảo vệ họ, anh đi vào kia hỏi thủ trưởng của chúng tôi." Người đàn ông đi theo hướng chỉ của vệ binh. Ông nói chuyện với một sĩ quan công an dáng chừng cũng mất đến 5 phút, sau đó ra nói với đám đông: "Họ không cho bọn bay tới gần đâu, đứng ngoài thảy vô cho anh em cũng được." Những chiếc bánh ú, bánh tét nhỏ, những củ khoai lang, khoai mì, những ổ bánh mì trên những cái thúng đội trên đầu những người hàng rong vơi dần. Thúng hàng mà họ đội ra khỏi nhà có khi mang theo cả hy vọng nếu bán được hết thì ít ra cũng có được bữa cơm thịnh soạn cho gia đình trong ngày. Có lẽ những suy nghĩ đó đã khiến cho dù chúng tôi còn đang đói và đã ăn hết cục cơm với mối đe dọa khi đến trại mới không có phần ăn chiều, ít người trong chúng tôi nghĩ tới chuyện ngay những thứ mà dân vừa cho chúng tôi. Có lẽ xúc động đã chặn đứng được sự thèm khát lâu ngày của chúng tôi? Thứ tình cảm đó chúng tôi vẫn còn tìm lại được 10 năm sau khi được thả ra khỏi trại cải tạo: trên đường từ trại Z- 30A về tới nhà, những tài xế xe đò đón chúng tôi lên xe, không những không lấy tiền vé mà còn dừng lại dọc đường để đãi chúng tôi chầu phở hay mì. Người tài xế tự giới thiệu là Tiếng, còn khá trẻ, nói với tôi: "Em có thể bảo đảm với các anh là quán này cũng như một số quán khác họ không lấy tiền các anh đâu khi thấy da dẻ các anh xanh mét, gầy trơ xương như vầy. Họ biết các anh là những cựu sĩ quan chế độ trước cải tạo mới về. Tình cảm của dân chúng đối với các anh vẫn thế nhưng tình hình xã hội bây giờ đã khác. Người có việc làm kiếm được miếng ăn thì không sao, nhưng người nghèo ngày một nghèo thêm, họ trách các anh làm ăn cái gì mà để mất phần đất khiến họ khổ quá."

Tiếng tự giới thiệu mình là cựu trung sĩ quân vận thuộc Quân Đoàn III tan hàng vào sáng 30 tháng Tư, 1975. Nhưng lời lẽ của anh làm tôi suy nghĩ mãi cho đến sau này.

Món Ăn Cay Đắng Đầu Tiên ở A- 20

Những lời trách cứ của người dân đối với chúng tôi tuy nhẹ nhàng và đầy xót thương là những điều làm chúng tôi buồn nhất. Và có lẽ trong đời tù biết bao nhiêu lần chuyển trại, biết bao nhiêu lần nhìn thấy người dân Miền Nam đang cố gắng tồn tại sau thảm kịch, nhưng lần chuyển trại đến A- 20 Xuân Phước là lần chuyển trại buồn nhất. Trước khi chúng tôi được lệnh lên xe tiếp tục hành trình, anh Huỳnh Cự nói với Linh Mục Trọng: "Người cựu binh ấy nói đúng đấy bố ạ. Đúng là chúng ta làm ăn chẳng ra sao cả nên mới có ngày bị xiềng xích như hôm nay. Không những thế, chúng ta còn làm cho hàng triệu người dân ở Miền Nam Việt Nam khổ lây. Dân thì không trách họ được, nhưng chúng ta nên tự trách mình trước."

Trong số anh em tù cải tạo chúng tôi, không có nhiều người nghĩ như người cựu binh chúng tôi gặp trên đường chuyển trại. Bốn năm sau thất bại 30 tháng Tư, 1975, vẫn còn không ít người trong số anh em chúng tôi rúng động. Trong những cuộc tranh luận trong trại giam, nhiều người vẫn tin tưởng rằng những nhà lãnh đạo cũ của VNCH đã quay trở lại Miền Nam ẩn náu trong những khu rừng rậm chiêu mộ nghĩa quân để dựng lại cơ đồ. Có anh em còn nói một cách chắc nịch rằng Tướng Ngô Quang Trưởng đã về lập chiến khu ở Bà Rịa, Tướng Nguyễn Cao Kỳ đã về lập căn cứ ở Utapao, Tổng Thống Nguyễn Văn Thiệu đã lập chính phủ VNCH lưu vong ở Cao Hùng (Đài Loan)... Trong bối cảnh tuyệt vọng sau ngày thất trận và bị đẩy vào môi trường tù đày, ở vào độ tuổi hừng hực lý tưởng của thanh niên, chúng tôi chỉ còn bám vào những hy vọng đó để mà sống. Cho nên điều không ngạc nhiên khi ngay chính bản thân tôi, dù đã ngụp lặn trong 11 năm trời cái thế giới đầu nguồn của tin tức thời sự, trong đó những tin tức thật cũng nhiều, tin tức dởm, tin được chế biến theo chiều hướng thuận lợi cho cá nhân một ai đó cũng lắm, thế mà đến khi vào tù cải tạo cũng đã có thời gian phải bám vào những "hot news" ấy để vượt qua những khó khăn và giữ vững tinh thần của mình, dù biết chắc chắn một điều, đó là những tin tức không thể kiểm chứng được. Tôi đã được những người thầy dạy ở những khóa học, những khóa huấn luyện hay tu nghiệp, luôn khuyến cáo rằng loại tin không thể kiểm chứng được, những loại tin dùng một sự kiện có thật mà ai cũng biết rồi lồng vào đó những "vật liệu tự chế," những loại tin đồn, những bài viết, những bài bình luận không có "dẫn chứng với những luận cứ vu vơ theo sự tưởng tượng của mình" thì tốt nhất nên liệng chúng vào sọt rác và không nghĩ tới nữa.

Nhưng khi phải đối đầu với một thực tế phũ phàng sau một trận thua không còn hy vọng có cơ hội gỡ lại được, sau sự sụp đổ mà người trong cuộc ở VNCH từng nghĩ rằng sẽ chẳng bao giờ họ phải đối đầu với thảm kịch to lớn nhường ấy, chúng tôi đã phải bám vào tên tuổi của những nhà lãnh đạo chính trị và quân đội VNCH đã nhanh chân thoát được ra hải ngoại và tránh được cảnh cá chậu chim lồng như chúng tôi để đốt lên đốm lửa hy vọng cho một tương lai phục quốc. Còn gì thê thảm hơn bối cảnh mà chúng tôi phải sống, phải đương đầu và phải giữ nhân cách, đứng thẳng lưng trước kẻ thù như thế không?

"Anh phải sống, dù gì anh cũng phải sống..." Một người bạn cũng khá thân của tôi ở trong những năm còn bị cấm cố ở nhà tù Chí Hòa biết rất rõ rằng cô vợ trẻ 25 tuổi của anh đã lập gia đình khác chỉ 2 năm sau khi anh vào tù cải tạo, nhưng khi chúng tôi được mở cửa phòng giam để có thể đi dạo quanh cái sân nhỏ ở phía trước, anh vẫn tha thiết nhắc tới những lời cô vợ vào thăm anh lần chót nói với anh như tôi trích thuật ở trên. Những lần như thế, tôi không dám khuyên anh một lời nào dù tôi hiểu trong cuộc đổi đời sau 30 tháng Tư, 1975, bất cứ một điều gì cũng có thể xảy ra được và xảy ra với bất cứ ai. Tuy nhiên, nếu tôi mở miệng để nói về một cuộc chung sống nào đó tan vỡ vì nhiều lý do khác nhau và nếu lại "ngứa miệng" biện minh bằng một câu mà tôi hay sử dụng trong chốn lao tù:

"Chồng chết 3 năm thì người ta có quyền đi lấy chồng khác, còn bọn mình đi mút chỉ cà tha không có ngày về thì coi như chết mà chưa chôn, họ đi lấy chồng khác cũng là thường thôi" chắc chắn tôi sẽ bị nâng quan điểm ngay: "Mày nói như vậy là quá đáng, đâu phải ai cũng thế, tùy theo giáo dục gia đình chứ."

Chốn lưu đày vẫn có những chuyện lẩm cẩm như thế, nhưng nó rất quan trọng bởi vì nhiều bạn đồng tù với tôi vẫn quan niệm rằng sự chung thủy của người vợ vẫn là bức tường thành cuối cùng của niềm tin. Cho nên sau những cánh cổng trại cải tạo, chúng tôi dù có sống đoàn kết với nhau, dù lúc nào cũng phải nắm tay nhau để khỏi bị đổ xuống, phần đông đều cố tránh những sự thật có thể làm đổ vỡ niềm tin của mình. Tôi đã từng thấy, từng nghe các cuộc tranh cãi giữa một số anh em sĩ quan trẻ trong quân đội VNCH và những anh em đồng tù trong lực lượng Phục Quốc tại trại B- 5 Tân Hiệp, tại nhà tù Chí Hòa và ngay tại trại Hàm Tân Z- 30C. Tôi cho rằng nội dung các cuộc tranh cãi nhiều khi dẫn đến bất hòa này cũng chỉ là biểu hiện của sự thiếu thông cảm lẫn nhau và không chấp nhận một thực tế phũ phàng đến từ sự thất bại. Câu chuyện bắt nguồn từ việc anh em Phục Quốc khi khai lý lịch trích trang họ khai cấp bậc và chức vụ của họ trước khi bị bắt. Họ hãnh diện cho biết trong Lực Lượng Vũ Trang của Phục Quốc, họ mang cấp bậc sĩ quan, có người mang đến cả cấp bậc trung tá. Nhìn nét mặt của họ non choẹt, kiến thức quân sự non nớt, một số anh em sĩ quan quân đội VNCH "nóng gà" vặn hỏi họ tại sao lại có chuyện phong chức cho nhau quá lố đến không thể chấp nhận được như vậy. Thế là cuộc tranh cãi nổ ra.

Bên Phục Quốc lập luận đại khái là khi "các anh tan hàng và bị lừa khi bị gọi trình diện, nhà cầm quyền quân quản thì đâu còn người nào ở ngoài để chúng tôi tìm đến. Mà nếu chúng tôi có tìm đến các anh được thì liệu các anh có theo chúng tôi không. Đồng ý các anh là người được huấn luyện quân sự rất kỹ và dày dạn kinh nghiệm chiến trường nhưng thử hỏi các anh làm gì được khi đã ở trong trại cải tạo. Cho nên theo tiếng gọi của những nhà lãnh đạo Phục Quốc, quay đi quay lại chỉ còn chúng tôi ở ngoài xã hội, cho nên ai biết ai thì rủ lập chiến khu, lập chiến khu thì phải có tổ chức, có tổ chức thì phải có cấp bậc, có người chỉ huy. Các anh nên nhớ, chúng tôi mang cấp bậc không những đã không lời lộc gì cho cá nhân mà ngược lại khi bị bắt chúng tôi phải trả giá với những năm tù lâu dài. Những người theo lực lượng Phục Quốc đã có những người mang án chung thân hoặc án tù 25 năm."

Tôi cũng đã chứng kiến có người trong lực lượng Phục Quốc nói một cách thẳng thắn trong các cuộc tranh luận về ảnh hưởng của tổ chức Phục Quốc: "Chúng tôi nhìn nhận rằng mình ô hợp, không được huấn luyện. Điều này đang làm chúng tôi thất bại, vì những người chủ trương không nhìn xa và chưa bao giờ làm những điều mà người Cộng Sản đã làm từ nhiều thập niên trước. Nhưng ít ra chúng tôi cũng đã bày tỏ được lòng yêu tha thiết quê hương Miền Nam Việt Nam." Cuộc tranh luận đại loại như vậy chẳng bao giờ có kết thúc. Nhưng điều đáng mừng nhất là cho tới khi chúng tôi rời Hàm Tân Z- 30C, tuy những cuộc cãi vã về lực lượng Phục Quốc vẫn còn gay gắt và gây ra bất hòa, không bao giờ chúng tạo ra được những bất đồng về mục tiêu chung: chống lại chế độ Cộng Sản!

Đoàn xe chạy qua ga Lahaye, vượt qua một khu chợ nhỏ để bắt đầu "bò" chầm chậm trên một con đường mòn dài hun hút vượt qua khoảng 16 con suối mà vào mùa này đều khô cạn. Khi đến gần khu trại mới, vượt qua một xóm kinh tế mới để vào một thung lũng nằm dưới chân một dãy núi đá vôi, chúng tôi mới ý thức được rằng đây là con đường độc đạo từ Lahaye vào trại. Đoàn xe vượt qua một đoạn đường ngắn nữa thì vào tới sân Bộ Chỉ Huy của một tiểu đoàn công an trại giam. Từ khoảng sân này vào tới phân trại E của A- 20 Xuân Phước dài khoảng 300 thước. Trước mặt chúng tôi là những mái ngói đỏ au và những hàng dừa thẳng tắp có cây đang ra hoa. Trước cổng trại là một vạt ruộng trồng lúa nước.

Một ao lớn có hàng rào dây thép gai vây bọc và một bảng gỗ viết bằng sơn đập vào mắt người mới tới: "Tài sản xã hội chủ nghĩa - Ao thả cá trắm cỏ." Cổng vào trại giam được xây dựng mang hình thức một cổng tam quan ở các ngôi chùa miền Bắc khi xưa. Khi chúng tôi xếp hàng chờ được mở xiềng, Linh Mục Phan Văn Trọng nói nhỏ với tôi: "Tao cảm thấy có điều bất thường. Trại trông như một nơi nghỉ mát để đi săn bắn. Nhưng chúng đưa chúng ta lên đây không phải để cho mình dưỡng sức đâu." Linh Mục Trọng nói chưa hết lời thì việc chuyển giao tù nhân đã xong. Một cán bộ (sau này chúng tôi biết tên anh ta là

Trung Sĩ Luật, trực trại) đi cùng với một trật tự viên da đen bóng, tóc xoắn tít như bất cứ một người Phi Châu nào mà chúng tôi từng biết. Ở vào tuổi của anh ta, chắc chắn trật tự viên này phải là sản phẩm những người lính Mỹ gốc Phi Châu trong đội quân viễn chinh Hoa Kỳ suốt trong cuộc chiến tranh Việt Nam.

Trật tự viên tự giới thiệu anh ta tên là Quí, thuộc đội tự giác, nhưng được cán bộ trực trại "chiếu cố" để làm trưởng trật tự trại giam này. Sau đó, anh ta thay mặt cán bộ trực trại nói sơ lược về nội qui trại với lời lẽ dọa nạt: "Các anh nên nhớ và phải quán triệt, đây là trại cải tạo khác những trại cải tạo mà các anh đã đi qua. Tội ác của các anh đối với nhân dân như thế nào thì các anh biết rồi, nhưng chính phủ khoan hồng cho các anh đến đây để xem các anh có thể trở thành công dân tốt được không. Nếu cải tạo không được thì cũng không phải lỗi chính phủ mà do lỗi của các anh. Tuy nhiên, cán bộ quản giáo ở đây đều nhất trí khẳng định: các anh phải cải tạo tốt, không tốt không được vì đây là trại cải tạo chót dành cho mấy anh."

Chỉ vài ngày sau khi đến trại, chúng tôi có ngay tiểu sử của Quí "đen." Quí "đen" là tù hình sự. Anh ta bị bắt ở Biên Hòa vì tội cướp có súng và hiếp dâm. Ra tòa án nhân dân mở ngay trước rạp chiếu bóng Biên Hùng cũ, Quí "đen" bị kết án 15 năm tù, bị đưa đi lao cải ở Tống Lê Chân một thời gian rồi bị chuyển trại cùng với những tù hình sự khác lên đây để lập đội lao động tự giác. Viên cán bộ trực trại tên Luật không hề đứng nói về nội qui. Hắn cho một người có thành tích từ một xã hội đen thời VNCH mang mức án 15 năm để khẳng định chính sách cải tạo của chế độ mới, không cải tạo không được. Đây món ăn cay đắng thứ nhất mà trại A- 20 Xuân Phước dành để "đón tiếp" chúng tôi.

'Có Phải Nhạc Cách Mạng
Thật Không Đấy...?'

Sau một lần điểm số nữa, chúng tôi lần lượt mang túi tư trang bước qua cổng một nhà tù chỉ vẻn vẹn có 3 dãy nhà: một ở ngoài cùng vẫn là dãy nhà lợp lá, nhưng tường được dựng lên bằng đất sét và rơm, ngoài tráng xi măng và quét vôi, còn hai dãy nhà kia xây bằng gạch, mái lợp ngói đỏ au, đường đi có những hàng dừa thẳng tắp.

Chúng tôi bị dẫn đi dọc theo những vườn rau cải xanh um, thường do phân Bắc, tức phân người mang lại, để đến một hội trường được xây dựng trên một nền đất nện, cột gỗ, mái lợp lá gồi. Nếu nhìn mặt ngoài thì không người nào nghĩ rằng đây là một trại cải tạo thuộc loại trại trừng giới kiểu Lý Bá Sơ hay Đầm Đùn. Anh Huỳnh Cự đi sát tôi ở phía trước nói nhỏ: "Chúng ta sẽ có thể chết vì cái vẻ khang trang của trại này, chỉ những ai sống lâu dưới chế độ này mới nhìn ra được mà thôi." Khi bước vào hội trường, chúng tôi đã thấy những người bạn tù khác đến trước chúng tôi xếp thành hàng mười ngồi dưới sàn đất nện, trước họ là một dãy bàn dài trên có trưng một vài bình hoa. Ngồi sau bàn là những cán bộ công an trại giam mặc sắc phục làm việc, nhưng trên vai người nào cũng mang cấp hiệu dành cho bộ lễ phục. Ở giữa dãy bàn là hai ghế trống mà tôi đoán là để cho trưởng trại và người phó kiêm chính ủy của ông ta. Trật tự viên Quý "đen" chỉ chỗ để chúng tôi bỏ hết tư trang ở phía dưới và lên ngồi cũng xếp thành hàng mười ngang với các bạn tù đã đến trước. Ngồi yên chỗ và vừa bắt đầu "liên hệ linh tinh" với những bạn tù đến trước, thì một cán bộ công an đứng ra loan báo trưởng trại giam A- 20 Xuân Phước đến để nói chuyện về tình hình đất nước với các "trại viên."

Sau này chúng tôi mới khám phá ra rằng nội qui của trại này là tù cải tạo phải dùng từ ngữ "trại viên" chứ không được dùng chữ "tù cải tạo" và phải gọi các giám thị (cai tù) là "cán bộ" và xưng "tôi" chứ không được dùng những từ như ông, anh hay gọi theo cấp bậc. Nhưng có thể gọi cán bộ là "ban," chẳng hạn như "ban cho phép tôi đi tiểu." Tôi không hiểu "ban" ở đây có nghĩa gì nhưng tôi đoán chữ "ban" là đến từ nhóm từ ban quản trị hoặc ban quản lý trại.

Từ ngày bị giải giao qua nhiều trại giam và nhiều lần bị "ngồi đồng" trong những vụ "lên lớp" (từ ngữ để chỉ hành động lên hội trường ngồi nghe cán bộ trại giam giải thích điều này điều nọ) hoặc để nghe trưởng trại hay chính ủy của trại nói chuyện, không bao giờ thấy cán bộ trại giam buộc tù cải tạo phải đứng chào lá cờ đỏ sao vàng. Hồi ở trại Hàm Tân, có lần tôi tò mò thắc mắc với cán bộ Lâm quản giáo đội lao cải nơi tôi phải lao động trước khi chuyển trại, anh ta trả lời: "Họ đâu có dại, vì sợ nếu bên trên cử bài Tiến Quân Ca thì bên dưới các anh lại hát tướng lên bài Tiếng Gọi Thanh Niên thì cũng phiền (quốc ca VNCH được sửa lại lời một chút từ bài Tiếng Gọi Thanh Niên của Lưu Hữu Phước, một đảng viên Cộng Sản giữ vai trò Bộ Trưởng Văn Hóa trong chính phủ Cách Mạng Lâm Thời Miền Nam Việt Nam). Vả lại họ cho rằng các anh chưa có quyền công dân nên không thể thực hiện nghi thức chào cờ được." Nghe Lâm giải thích, tôi nghĩ thầm trong bụng: "Mẹ kiếp, nếu bọn mày bắt buộc các tù cải tạo phải đứng nghiêm hát bài Tiến Quân Ca dưới lá cờ đỏ sao vàng thì trại phải xây thêm hàng trăm căn chuồng cọp nữa để nhốt những tù nhân chống đối việc này."

Những kỷ niệm cũ vừa mới quay trở về thì Thân Yên (trại trưởng), Lê Đồng Vũ (trại phó) bước vào hội trường. Vào thời điểm ấy, Thân Yên mang cấp bậc trung tá công an và Lê Đồng Vũ thiếu tá. Thân Yên dáng nhỏ thó, thấp bé, nước da đen sạm vẫn chưa xóa hết dấu vết của sốt rét rừng. Tuy nhiên, ông nói năng vừa phải với giọng Tuy

Hòa đặc sệt. Vừa để chiếc mũ lưỡi trai xuống bàn, Thân Yên đã hỏi:

- Anh nào làm quản ca ở đây?

Mọi người ngó ra thì viên trung tá công an này cười và nói:

- Như thế là chưa cải tạo tốt, phải có quản ca các anh ạ. Tôi còn tính tổ chức một ban văn nghệ nữa. Nào, nếu chưa có quản ca thì anh nào xung phong làm quản ca nào. Cải tạo bao nhiêu lâu nay không lẽ các anh không thuộc một bài ca cách mạng nào sao? (nhạc cách mạng tức là nhạc đỏ).

Gần 800 tù cải tạo trong hội trường im phăng phắc. Họ ngồi bất động trong không khí căng thẳng. Chưa có một vụ chuyển trại nào trong đời tù của chúng tôi lại căng thẳng như vụ chuyển đến A- 20 chỉ vì không ai trong chúng tôi muốn đứng ra làm quản ca hát nhạc đỏ cả vì người nào đó muốn đứng ra hy sinh để giải quyết bế tắc cũng không dám làm vì sẽ lãnh búa rìu dư luận của một số anh em thiếu thông cảm. Họ thuộc lớp người không biết sức chịu đựng trong chuồng cọp được bao nhiêu, nhưng lúc nào cũng sẵn sàng chỉ trích hay thúc bách những anh em khác phải hành động, nhưng hành động gì, hành động như thế nào thì họ không biết và không bao giờ dám nói rõ. Trong khi ấy đám cán bộ quản giáo ngồi bên cạnh Thân Yên luôn buông ra lời đe dọa nếu không hát một bài cho "khí thế" thì thái độ này là đã vi phạm nội qui trại.

Dường như ý thức được sự bế tắc nếu không hướng dẫn anh em hát một bài nên Phạm Đức Nhì, một cựu thiếu úy Nhảy Dù phục vụ trong ngành Chính Huấn bị chuyển từ Z- 30D đã giơ tay:

- Tôi tình nguyện làm quản ca, cán bộ!

Phía bên dưới có tiếng xì xào. Mặc kệ, Nhì nói rất rõ:

- Tôi sẽ hướng dẫn các bạn hát bài "Việt Nam Quê Hương Ngạo Nghễ" nhé, các bạn nghe rõ không, hát thật lớn và vỗ tay.

Thân Yên có vẻ hơi nghi ngờ. Ông vội hỏi:

- Thế anh quản ca có biết bản nhạc cách mạng này ở đâu mà ra, mà có phải là nhạc cách mạng thật không đấy?

- Chắc chắn cán bộ. Các cán bộ cứ nghe đi, không phải là nhạc cách mạng các cán bộ cứ đem đầu tôi đi mà chặt.

Phạm Đức Nhì hâm nóng lại lời nhạc của ca khúc "Việt Nam Quê Hương Ngạo Nghễ" của du ca Nguyễn Đức Quang và dặn dò:

- Các bạn nào thuộc bài thì vừa hát vừa vỗ tay cầm nhịp, bạn nào không thuộc lời thì cứ vỗ tay cho thật to. Hát thật to nghe các anh. Nào tiếng hát bừng sáng nào, một, hai, ba...

Thế là không ai bảo ai, chúng tôi hát lớn hòa cùng tiếng vỗ tay. Không khi hội trường đang căng thẳng, đang bế tắc thì như có một luồng gió mới thổi vào. Chúng tôi hát và vỗ tay bằng tất cả tấm lòng, giống như biết bao nhiêu lần chúng tôi tập hợp hát tù ca và sau đó sẵn sàng đi cùm ở những trại trước. Và khi sang lời 2, chúng tôi như muốn điên lên và lao tới những cái bàn trước mặt:

"Ta như giống dân đi tràn trên lò lửa hồng
Mặt lạnh như đồng cùng nhìn về một xa xăm
Da chân mồ hôi nhễ nhại cuộn vòng gân tươi
Ôm vết thương rỉ máu, ta cười dưới ánh mặt trời
Ta khuyên cháu con ta còn tiếp tục làm người
Làm người huy hoàng phải chọn làm người dân Nam
Làm người ngang tàng điểm mặt mày của trần gian
Hỡi những ai gục xuống trỗi dậy hùng cường đi lên!"
(Việt Nam Quê Hương Ngạo Nghễ - Nguyễn Đức Quang)

Có lẽ đến lúc xuôi tay, không bao giờ tôi có thể quên được cái giây phút khi chúng tôi bắt sang lời 2 của ca khúc "Việt Nam Quê Hương Ngạo Nghễ." Có nhiều người không thuộc lời, nhưng tôi nghe trong âm thanh của tiếng vỗ tay cầm nhịp có những tiếng hét và chung quanh những ánh mắt sáng lên như sao băng từ những khuôn mặt hốc hác vì thiếu ăn và phải làm việc khổ sai. Có lẽ Phạm Đức Nhì cũng nhìn thấy sự kích động khi lên tới cùng cực có thể xảy ra chuyện không hay cho anh em tù cải tạo, nên anh kết thúc ca khúc ở lời 2 mà không quay lại phiên khúc hoặc có thể là Nhì đã nhìn thấy ngoài hội trường đám công an súng dài kéo vào ngày càng nhiều vì những âm thanh vang dội của lời ca. Trên dãy bàn dài trước mặt chúng tôi, ngay cả Thân Yên cũng vỗ tay nhịp theo. Thói quen hễ cứ nghe thấy những chữ như Việt

Nam, Quê Hương hay Ngạo Nghễ trong lời ca lọt vào tai thì vội vã cho đó là nhạc cách mạng rồi (nhạc đỏ) được thể hiện rất rõ trong nét mặt của Thân Yên. Ngược lại, Lê Đồng Vũ, Lý "lé" an ninh trại và một số cán bộ quản giáo đội thì có vẻ hơi nghi ngờ, có thể là chưa bao giờ họ thấy một đám tù cải tạo lại hát nhạc "cách mạng" một cách nồng nhiệt như thế.

Tìm Công Danh Chốn Lao Tù

Ngay sau bài hát, Thân Yên nói một vài lời. Ông nói ngắn gọn, nhưng đầy đe dọa và thách thức. Thân Yên nói thẳng ra rằng những người nào bị lựa chọn lên đây tức là cải tạo chưa tốt, nhưng sẽ phải cải tạo tốt dù có phải "giam giữ các anh lâu dài." Theo ông, khi đã vào trại này thì đến thép cũng phải chảy chứ đừng nói đến con người bằng da bằng thịt. Ngay sau đó, những tù cải tạo đến trước chúng tôi được trở về phòng giam, còn chúng tôi phải ngồi lại để phải trải qua "món ăn chơi" đầu tiên: khám tư trang.

Cuộc khám xét diễn ra hơn hai tiếng đồng hồ. Theo lệnh của trực trại, các anh em tù hình sự cẩn thận nắn từng gấu quần, gấu áo, từng nếp may trên chiếc ba lô đã bạc màu và đã vá chằng đụp như bộ quần áo chúng tôi đang mặc, rồi cuối cùng mọi thứ thực phẩm của những anh em có gia đình thăm nuôi mang lên từ Hàm Tân Z- 30C đều bị ném vào mấy chiếc cần xé lớn. Viên cán bộ trực trại ra lệnh cho tù hình sự mang xuống nhà bếp của tù nhân với lệnh: "Ngày mai đem nấu để phát cho trại viên ăn chung." Và đúng như lời ông ta, nhà bếp của tù nhân phải bóp bụng tuân lệnh nấu một thứ thực phẩm chè không ra chè, cháo chẳng ra cháo. Mỗi người được phát một nửa tô bằng nhựa một loại thực phẩm loãng gồm cơm khô, bột, lẫn vào đó là những cộng mì ăn liền. Thực ra, bình thường người dễ tính nhất cũng khó ăn, nhưng tù cải tạo đã 4 năm đói khát triền miên chúng tôi cũng vui vẻ "thưởng thức" món ăn mà trong đời chúng tôi chưa bao giờ được thấy này.

Vừa ăn, chúng tôi vừa kháo nhau là múc mãi không thấy hình bóng của những hũ thịt ram mặn, những gói lạp xưởng hay thịt muối kiểu Tàu cũng bị ném vào cần xé. Một vài bạn tôi khôi hài: "Những thứ đó là để dùng cho tiểu táo chứ đâu phải là đại táo như lũ chúng mình." Tiểu táo (bữa ăn theo nghĩa Hán tự, thường được dùng từ thời Hồng quân Trung Hoa tức quân đội Trung Cộng) chỉ dọn cho một hay hai người ăn (trưởng, phó trại và an ninh), còn trung táo là từ 4 cho đến 10 người (quản giáo), đại táo là ăn tập thể nhiều người (vệ binh súng dài). Những từ ngữ nghe lạ tai này tới nay không còn được sử dụng ở Việt Nam nữa.

Ngày hôm sau, tất cả số tù cải tạo bị "tuyển lựa" từ Z-30C lên được "biên chế" (chúng tôi gọi diễu với nhau động từ này thành "biến chế") thành 2 đội, mỗi đội dọn sang ở một nhà khác nhau đồng thời mỗi đội cũng tạm cử ra một đội trưởng.

Những anh đội trưởng tạm này chỉ làm một "nhiệm kỳ" ngắn ngủi, vì trong trại cải tạo, nhất là ở các trại lao cải, việc cử nhiệm những đội trưởng là một công tác rất quan trọng, thường do cán bộ an ninh trại quyết định. Nghiên cứu một cách nghiêm túc, chúng tôi có thể rút ra một điểm như thế này: do các đội lao cải được gọi là các đội tự quản cho nên cần phải có người làm đội trưởng, và đội trưởng trên nguyên tắc là người thay mặt cán bộ quản giáo để điều hành đội lao cải sau giờ lao động. Bù lại, trại dành một số các ưu quyền cho những đội trưởng, chẳng hạn như có thể thăm gặp gia đình 24 tiếng, 48 tiếng hay có khi 72 tiếng, tiêu chuẩn lượng thực cao hơn, có thể 16 kg/tháng, trong khi các đội viên thường nếu không bị ghi "sổ đen" (dì) thì chỉ được hưởng 12 kg/tháng. Đối với những tù nhân cải tạo bị nhốt trong biệt giam cá nhân hay còn gọi là xà lim (phiên âm từ chữ cell) hay "chuồng cọp" (từ ngữ mà nhà báo Mỹ Don Luce dùng để chỉ những xà lim mà ông nhìn thấy ở nhà tù Côn Sơn, thời Pháp gọi là Côn Đảo), khẩu phần có thể thay đổi từ 6 kg đến 9 kg thực phẩm/tháng.

Đây là những xà lim xây từ thời Pháp mà nhà cầm quyền thuộc địa dùng để nhốt cả thành phần người Việt quốc gia, Việt Minh và sau này là thành phần tù binh phiến Cộng dưới chế độ VNCH. Do cách thiết kế với những song sắt giống như những chuồng cọp ở sở thú nên Don Luce gọi những xà lim ở nhà tù Côn Sơn dưới thời VNCH là những chuồng cọp. Tôi sẽ đề cập thêm những chi tiết về chuồng cọp tại những trại lao cải của Cộng Sản ở phần sau và bây giờ tôi xin tiếp tục trình bày về vai trò đội trưởng của các đội lao cải.

Thực ra thì khi đã xây dựng các đội lao cải thành đội tự quản, lẽ ra các đội trưởng phải được chính người trong đội bầu ra, nhưng trại cải tạo, nhất là những trại lao cải được lập ra đâu phải là để cho những tù nhân học tập dân chủ. Ai cũng hiểu như vậy cho nên khi những người cai tù tập họp đội để chính thức "bầu" ra những đội trưởng và khi họ hỏi "có ai xung phong không" cũng như "có ai đề cử người nào không" thì thường chỉ nhận được sự im lặng. Chỉ khi nào tù cải tạo bị thúc ép lắm thì mới chịu đề cử. Trong nhiều trường hợp, anh em chúng tôi chỉ đề cử những người mà chúng tôi tin rằng có "bị" làm đội trưởng cũng sẽ không lập công làm hại anh em. Nhưng phần đông những người bị đề cử làm đội trưởng cũng chỉ ngồi ở vị trí "chức sắc" này một thời gian rất ngắn vì những quản giáo sẽ nhìn ra vấn đề và họ thay ngay bằng những đội trưởng do chính họ chỉ định. Theo cách nhìn riêng của tôi, không phải cán bộ quản giáo đội nào cũng muốn o ép tù nhân cải tạo vào chân tường khiến cho chúng tôi phải phản ứng lại bằng những hành động chống đối. Phần đông các quản giáo đội đều muốn có biên giới mà cả tù nhân cải tạo lẫn quản giáo đều có thể chấp nhận được để tránh gây ra không khí căng thẳng, bởi trong hàng ngũ công an có trách nhiệm điều hành một trại cải tạo, quyền lợi tốt hơn dành riêng cho quản giáo đã khiến cho chung quanh anh ta có rất nhiều "ứng viên" tay cầm những cái cưa rất bén, chỉ chờ cơ hội anh quản giáo đương chức có sơ hở là nhảy lên thay thế ngay. Trong hoàn cảnh ấy, các đội trưởng giữ vai trò quan trọng trong việc thương lượng các chỉ tiêu hay kỷ luật lao động với cán bộ quản giáo, giảm được gánh nặng lao động hoặc kỷ luật lao động trên vai anh em. Tại sao?

Đội trưởng thật ra cũng chỉ người trong số những anh em chúng tôi, cùng là bạn tù, cùng hoàn cảnh thua trận và bị bắt giữ. Nhưng mỗi người một hoàn cảnh và có những suy nghĩ khác nhau. Có người chỉ muốn cắn răng chịu đựng cho qua truông để khi được thả ra có thể thực hiện kế hoạch của họ hoặc là vượt biển hoặc là làm một điều gì đó cho gia đình họ. Cho nên, những đội trưởng này không muốn trại "ghim" họ vì nhận ra những hành động quá ngả theo anh em khiến có thể bị phiền hà trong khi họ cũng không muốn anh em bạn tù trong đội ghét và cô lập họ. Phải thẳng thắn mà nói, kỹ thuật đu dây giữa quản giáo và anh em trong đội của những đội trưởng này phải nói là rất khéo. Họ biết giữ được sự vừa phải trong việc dùng ưu quyền trại dành cho các đội trưởng, không có những hành động khúm núm trước quản giáo hay bất cứ chuyện gì cũng chỉ một điều quản giáo dặn, hai điều quản giáo ra lệnh. Chẳng hạn như khi một đội trưởng được quyền thăm gặp gia đình 24 tiếng hay 48 tiếng đồng hồ thì anh chỉ gặp một thời gian vừa phải độ 4 hay 5 tiếng rồi vào trại hoặc giữa trưa hè nắng gắt, anh xin phép quản giáo cho anh em nghỉ tránh nắng, rồi sẽ bù lại chỉ tiêu ở nhiều buổi lao động khác thời tiết thuận lợi hơn, hay hơn nữa là xin phép cho anh em nghỉ lao động sớm để có đủ thời gian "rau rác linh tinh" ở quanh bãi lao động. Nhưng cái khó nhất của một đội trưởng muốn đu dây là làm sao thuyết phục các đội viên mà mình điều hành. Phần đông anh em tù cải tạo chúng tôi, do trong quá trình họ gặp phải những đội trưởng tồi chỉ biết sống cho cá nhân mình và sẵn sàng thi hành lệnh của quản giáo và trong rất nhiều trường hợp những người đội trưởng này còn "bảo hoàng hơn vua," cho nên anh em thường bị đẩy vào cách nhìn khe khắt đối với các đội trưởng khi bị chuyển trại sang một trại lao cải khác. Hơn nữa, đôi khi trong đội lại lọt vào một vài người sẵn sàng hay đã làm ăng ten không phải cho quản giáo mà cho an ninh trại.

Trong nhà tù, chúng tôi không bao giờ sợ những loại ăng ten mà chúng tôi gọi là những "tên giặc cỏ" hay những "cần lá lúa." Những người nào từng mặc áo lính chắc chắn cũng biết là chiếc máy truyền tin dành cho các trung đội trưởng là loại PRC nhỏ và ăng ten tiếp sóng mảnh và ngắn như lá lúa. Tầm hoạt động của loại máy này rất giới hạn chứ không giống như máy PRC- 25 dành cho từ cấp đại đội trưởng trở lên, tầm hoạt động rộng rãi. Những ăng ten "lá lúa" dùng để chỉ những anh cam nhận làm điểm chỉ cò con cho quản giáo hay cho trại bằng cách tố cáo anh em đồng tù với mình vi phạm kỷ luật trại như nấu nướng trong phòng giam, tụ tập "trà lá" để nói xấu chế độ, học hay dạy ngoại ngữ cho nhau, bàn kế hoạch chống lại chỉ tiêu lao động, bí mật nhận những "hot news" từ người trong gia đình thăm nuôi, kể chuyện kiếm hiệp phản động của Kim Dung, vân vân và vân vân.

Tôi nhớ, khoảng độ cuối năm 1978, nghĩa là vài tháng trước khi chúng tôi bị chuyển trại, tại Hàm Tân Z- 30C, Ngọc "đen" đã kêu một "cần lá lúa" ra sau nhà và nói thẳng: "Chúng tao biết mày là cần ăng ten từ lâu rồi, nhưng tao hiểu những báo cáo của mày về chuyện linh tinh của anh em trong buồng giam để lấy điểm kiếm ăn, tao không chú ý tới. Nhưng lần này mày báo cáo anh em giấu lưỡi câu trong ba lô làm chúng tao bị an ninh khám tịch thu tất cả mọi thứ mà không tìm ra cái lưỡi câu nào. Đúng là mày làm hại anh em. Mày sống với cán bộ bao nhiêu giờ trong ngày và sống với anh em bao nhiêu giờ? Bỏ trò láo lếu ấy đi, lần sau còn kiểu đó, chúng tao bắt quì xuống và đánh cho mày một trận cảnh cáo. Cho mày đi báo cáo là tao đe dọa trừng phạt mày hôm nay, nghe chưa." Cái "lá lúa" này bị chúng tôi cắt đi rồi, nhưng trực trại Tống Đăng Cứ vẫn tin dùng và cho anh ta theo anh em chúng tôi tới A- 20 Xuân Phước rồi về Xuân Lộc Z- 30A. Đến Xuân Lộc được một thời gian, anh ta trốn trại bị bắt lại và bị đưa về một trại giam hình sự tỉnh Long Khánh, và tại đây anh ta bị căng nọc, đánh cho tới chết. (Tôi xin miễn được nêu tên người tù này vì chuyện này qua đi từ gần 3 thập niên và vì không muốn làm thương tổn đến những người còn lại trong gia đình anh).

Nói như trên có nghĩa là, trại tù cải tạo không thiếu những người cùng là bạn đồng tù nhưng sẵn sàng phản bội anh em. Những kẻ phản bội mà chúng tôi cho rằng nguy hiểm nhất chính là những người được mô tả là những "cần ăng ten" của máy PRC- 25. Những báo cáo của họ thường thâm độc hơn và mục tiêu của những cây cần này nhắm vào những thành phần những tù cải tạo có uy tín trong trại, những người mà lời nói của họ được phần đông những anh em tù nhân cải tạo khác nghe theo. Những cần ăng ten này thường rơi vào trường hợp những sĩ quan trung cấp đến cao cấp hay những thành phần được coi là trí thức. Họ báo cáo qua những "hộp thư chết" với cán bộ an ninh trại, phó và trưởng trại giam các vấn đề "lớn" của trại giam, chẳng hạn như âm mưu trốn trại (kế hoạch và sự chuẩn bị của những tù cải tạo trốn trại, thí dụ như giấu lưỡi câu, tích trữ thực phẩm khô, chuẩn bị các phương tiện đi rừng hoặc âm mưu phá trại giam, bắt cai tù làm con tin, bí mật liên lạc với các tổ chức "phản động" đánh vào trại giam, âm mưu kích động nổi loạn hay âm mưu nổi dậy trong trại giam trong đánh ra ngoài đánh vào. Toàn là những chuyện trên trời dưới nước cả, nhưng người ngoài nghe thì ghê gớm lắm. Kỹ thuật báo cáo của họ là dùng những sự kiện có thật (trong thời gian chiến tranh như một vài đồn địa phương quân và nghĩa quân VNCH bị nội ứng để bên ngoài du kích mở cuộc tấn công) lồng vào những điều tưởng tượng của các cần ăng ten PRC- 25 này. Những điều có thật dù là cái thật ấy chỉ là quá khứ xa xưa trộn lẫn với phần tin giả sẽ có tác dụng kích thích mối hoài nghi của cán bộ an ninh trại giam khiến cho chúng nhìn đâu cũng thấy kẻ thù và từ đó dồn chúng tôi vào chân tường. Tôi đã từng là một trong những mục tiêu của những cần ăng ten PRC- 25 này và hậu quả là bị cùm trong chuồng cọp suốt 5 năm liên tiếp. Và tôi cũng sẽ tường thuật tỉ mỉ giai đoạn mà sinh mạng tôi như chỉ mành treo chuông vào những phần sau.

Sở dĩ tôi phải phân tích rõ vai trò của đội trưởng đội lao cải để chúng ta có một cái nhìn bao dung và công bằng hơn là kiểu dư luận cứ ai làm đội trưởng thì đương nhiên là tay sai cho cán bộ trại giam, dù rằng trên thực tế đội trưởng tốt, biết dung hòa giới hạn giữa quản giáo và tù cải tạo để tránh sự căng thẳng vốn đã có của đời tù khổ sai được tăng lên mức độ phải nổi loạn trong tù, chỉ là thiểu số, còn đa số các đội trưởng lao cải đều là những "ông trời con" đi tìm công danh trong chốn lao tù.

Tapioca H- 34,
Thực Phẩm Chính Của Tù Cải Tạo

Cú ra tay đầu tiên tại phân trại E của A- 20 Xuân Phước đối với chúng tôi chính là tiêu chuẩn ăn uống hàng ngày. Quanh năm suốt tháng, chúng tôi được cấp phát một khẩu phần được tiếng là "ăn độn" giữa khoai mì xắt lát nấu chung với gạo.

Nhưng trên thực tế, từ lần lãnh thực phẩm đầu tiên tại nhà tù Xuân Phước cho đến lần chót trước khi chúng tôi bị chuyển trại một lần nữa vào năm 1985, tôi chỉ thấy một loại khoai mì xắt lát, trên mỗi lát khoai mì ấy, tôi có thể đếm được bao nhiêu hạt cơm. Thức ăn chỉ có nước muối và canh "đại dương." Đã có lần tôi kiên nhẫn ngồi đếm xem cả bữa trưa và tối, khẩu phần của tôi có bao nhiêu hạt cơm. Tôi nghĩ rằng con số mà tôi đưa ra sau đây có thể gây ngạc nhiên cho nhiều người và ngay cả cho nhiều anh em từng là đồng tù với tôi ở những trại khác: khẩu phần buổi trưa, tôi đếm được trong cái tô nhựa được khoảng 7 lát khoai mì khô luộc và số hạt cơm bám trên những lát khoai mì khoảng từ 200 đến 300 hột! Khẩu phần buổi chiều y hệt. Như vậy, trung bình một bữa ăn chúng tôi được cấp khoảng 150 gram thực phẩm. Phần buổi sáng thường là 5 lát khoai mì khô luộc chín trước khi đi lao động. Một ngày, cả ba bữa "đình huỳnh," mỗi tù cải tạo được cấp khoảng từ 300 gram đến 320 gram thực phẩm, trong khi chỉ tiêu một ngày lao động cho mỗi người chúng tôi là đào và di chuyển một khối đất đến đổ ở nơi cách xa hiện trường lao động từ 300 đến 500 thước, hoặc một người phải phát quang 200 thước vuông đất, làm cỏ và đánh luống trồng rau, hoặc phải đóng 250 chục viên gạch nếu đội làm ở lò gạch, hoặc phải vào rừng chặt 10 cây tre mỗi cây dài 15 thước mang về trại.

(Ở đây, tôi phải để phần ghi chú về loại khoai mì mà chúng tôi được nuôi ăn trong suốt những năm dài tù đầy dưới chế độ Cộng Sản trong mở và đóng ngoặc đơn. Nhắc đến khoai mì, chắc nhiều độc giả sẽ tưởng tượng ra những tô khoai mì luộc trắng muốt nhiều bột, ở trên mặt, người bán rắc một ít cùi dừa khô nạo, chút mỡ hành, chút muối mè trộn đường và đậu phộng thơm nhức mũi mà quí vị thường mua ở những quán hàng rong hay tự tay mình chế biến ở nhà cho gia đình dùng. Không làm gì chúng tôi có được loại thực phẩm chế biến mà chúng tôi gọi là thực phẩm thượng đẳng ấy. Đó là loại khoai mì mà người tiêu dùng ở miền Nam trước đây gọi là khoai mì gòn, có lẽ vì nó trắng như bông gòn, còn người miền Bắc gọi là sắn Tàu vì gốc mang sang từ Trung Quốc. Tù cải tạo chúng tôi dù ở trại nào cũng phải đi trồng loại khoai mì gòn này, nhưng khi thu hoạch chỉ được nhà bếp tập thể cán bộ luộc chín và cung cấp cho cán bộ. Còn loại khoai mì mà chúng tôi dùng hàng ngày là loại lấy giống từ Ấn Độ. Tù cải tạo chúng tôi dùng số hiệu nông nghiệp cho giống khoai mì Ấn Độ này là H- 34, trùng với số hiệu của loại máy bay trực thăng kiểu H- 34 do công ty Sikorsky của Mỹ chế tạo, một loại trực thăng cánh quạt dùng để đổ quân, tản thương hay cấp cứu rất tốt và bền do Hoa Kỳ viện trợ cho Không Quân VNCH từ những năm đầu của thập niên 1960. Cho nên, trong thời tù, anh nào bị say khi khoai mì H- 34 do có quá nhiều chất độc đến mức bị chóng mặt ói mửa thường bị chúng tôi đùa cợt là phi công trực thăng H- 34 bị Việt Cộng bắn gãy cánh quạt đuôi.

Khoai mì tiếng Anh gọi chung là cassava, tên khoa học là Manihot Esculenta thuộc họ Euphorbiaceae, nhưng khoai mì còn có nhiều tên gọi khác nhau tùy theo từng loại từng vùng, chẳng hạn như manioc, yuca, balinghoy, mogo, mandioca, kamoteng kahoy, tapioca thường được trồng nhiều tại Ấn Độ.

Tapioca là khoai mì Ấn Độ có nhiều giống khác nhau và năng suất khác nhau. H- 34 là một trong vài loại được trồng nhiều tại lục địa này và tại những vùng canh tác của trại cải tạo ở Việt Nam sau ngày 30 tháng Tư, 1975.

Theo nhiều tài liệu khác nhau, nhất là các tài liệu xuất xứ từ viện bảo tàng Larco tại thủ đô Lima, Peru, một viện bảo tàng đồ gốm, trong đó có bộ sưu tập gốm mô tả cây nông nghiệp quan trọng của dân tộc này là cây yuca (khoai mì), cây khoai mì xuất hiện trong những cánh rừng hoang dại từ 6,600 năm trước Tây lịch ở đồng bằng vùng vịnh Mexico và bắt đầu được canh tác cách đây hơn 1,400 năm cũng ở Trung Mỹ, Nam Mỹ chứ không phải xuất nguồn từ Phi châu như mọi người thường lầm. Nó trở thành thứ thực phẩm chính cho nhiều dân tộc ở Trung và Nam Mỹ, sau đó loại rễ phát triển thành củ có bột này mới lan sang Phi Châu cũng như các châu khác. Khoai mì là loại rễ phát triển thành củ có bột cho một năng suất cao, một củ khoai mì phát triển bình thường ở vùng đất khô cằn, ít mưa có đường kính khoảng 5 phân, chiều dài khoảng 15 phân. Ở những vùng đất tương đối tốt, một củ khoai mì phát triển có đường kính khoảng 10 phân và có khi dài đến 30 phân. Riêng loại tapioca H- 34 của Ấn Độ có thể phát triển mạnh ở vùng đất cằn cỗi và ít mưa, trung bình một củ khoai mì Ấn Độ có thể có đường kính lên tới 12 phân và chiều dài có khi tới 35 phân. Theo Cơ quan Lương Nông Quốc Tế, cho đến năm 2005, Thái Lan là nước xuất cảng khai mì dưới dạng tinh bột lớn nhất thế giới chiếm 77% và tiếp theo là Việt Nam với gần 14%.

Trên thực tế, khoai mì đã trở thành cây kỹ nghệ, nhưng đã có một thời kỳ kéo dài khoảng hơn một thập niên nó trở thành cây thực phẩm chính tại Việt Nam đối với người dân Việt Nam chứ không phải chỉ đối với tù cải tạo chúng tôi.)

Tội 'Phá Hoại Tài Sản
Xã Hội Chủ Nghĩa" Trong Tù

Cho đến nay, nhiều người còn thắc mắc rằng Miền
Nam Việt Nam là một vựa lúa ở Đông Nam Á và
thời kỳ chiến tranh, nhiều vùng đất canh tác lúa trở thành
hoang hóa, Miền Nam Việt Nam không đến nỗi thiếu gạo
trầm trọng mà tại sao những năm tháng sau biến cố chính
trị và quân sự 30 tháng Tư, 1975, đất nước thống nhất và
hòa bình rồi người dân kiếm ra một hạt gạo sao trần ai đến
thế? Những tháng cuối năm 1978, khi còn bị cải tạo lao
động tại trại Hàm Tân Z- 30C, Ban Văn Hóa Thi Đua do
một tù cải tạo vốn là cựu ký giả của một tuần báo của quân

đội VNCH được trại cử làm Trưởng Ban điều hành đã có "sáng kiến" tổ chức một tủ sách (dĩ nhiên gồm toàn là những sách được xuất bản dưới chế độ Cộng Sản) cho tù cải tạo mượn đọc. Anh trưởng ban thi đua hay để sách vào xe cải tiến, đến từng nhà giam rao "hàng," và dĩ nhiên là "hàng" của anh thường "ế độ," ngoại trừ những tờ tạp chí Cộng Sản dù nó cũ nhiều so với thời điểm lúc đó. Thời làm phóng viên chiến tranh, Cơ quan đánh giá tình hình an ninh xã ấp và tình hình của đảng Cộng Sản Bắc Việt gọi tắt là HES của Hoa Kỳ, tôi thường xuyên được cho phép đọc những tài liệu này, trong đó những nhà nghiên cứu Mỹ rất hay trích dẫn tờ tạp chí Học Tập.

Cho nên có thể nói, tờ Tạp Chí Cộng Sản chính là hậu thân của tờ Học Tập, một loại nguyệt san phát hành hạn chế, chỉ dành cho hàng ngũ cán bộ thuộc loại khá cao cấp đọc vì trong đó những bài viết của giới lãnh đạo đảng và họ không ngại ngùng bộc lộ những khó khăn nội bộ trong đảng CSVN. Ở Hàm Tân, tôi thường mượn tờ nguyệt san này. Lúc đầu, những tù cải tạo nào mượn tờ Tạp Chí Cộng Sản thường bị các anh em khác chỉ trích nên họ đều bỏ vì chẳng ai muốn anh em làm phiền. Cá nhân, tôi giải thích rõ ràng tại sao tôi muốn đọc tờ tạp chí đó: Đọc chúng, tôi có thể biết đại khái bối cảnh thực của Việt Nam sau khi người Cộng sản chiến thắng. Tôi nói thẳng ra, dù là bạn đồng tù với nhau, nhưng suy nghĩ không nhất thiết phải là điều gì cũng giống nhau. Đói khổ và bị hành hạ về vật chất cũng như về tinh thần đã đẩy một số anh em đồng tù đến chỗ cố chấp và hay cắng đắng nhau vì những chuyện nhỏ nhặt. Với những anh em này, tôi nói thẳng với họ rằng trước đây do làm trong hệ thống truyền thông của chính phủ VNCH cho tới sáng 30 tháng Tư, 1975, tôi tin mình đủ khả năng để luận đoán những sự việc công khai và những gì đằng sau nó. Đó là một thứ quyền của người làm truyền thông, dù là làm với tư nhân hay với chính phủ. Vả lại, dù đói khổ và bị đàn áp, tôi vẫn còn đủ sáng suốt để hiểu bằng đầu óc của mình rằng không phải bất cứ người nào đọc một vài bài báo, một số tác phẩm của Cộng Sản là trở thành người Cộng Sản. Nếu thế thì những viên chức nam nữ cầm đầu phái đoàn VNCH tại cuộc hòa đàm Paris biến thành Cộng Sản hết hay sao?

Một trong những số ấn hành từ năm 1977, xuất hiện một bài báo khá dài của tác giả ký bút hiệu Cửu Long (dường như bút hiệu này được dành riêng cho những nhà lãnh đạo Cộng Sản sử dụng khi họ viết trên tờ Nhân Dân hay tạp chí Cộng Sản), trong đó tác giả này đề cập đến kế hoạch được mệnh danh là kế hoạch đẩy mạnh việc trồng loại khoai mì tapioca lấy giống từ Ấn Độ "cho năng suất cao" tại cao nguyên Trung Phần và Miền Đông Nam Bộ" vì "trong vòng hai kế hoạch 5 năm, người dân Việt Nam vẫn còn phải ăn độn từ 40% tới 60%. Gạo sản xuất sẽ phải dùng để xuất cảng, một phần để trả nợ chiến tranh, phần khác để thu vào ngoại tệ." Cũng trong bài báo, tác giả Cửu Long còn "cảnh báo" rằng đang có tệ trạng những cán bộ địa phương lạm dụng việc đưa dân vào hợp tác xã để "chiếm đất vun quén cho cá nhân mình." Lúc đó, điều này là một điều mới nhưng ngày nay thực tế rất bê bối của vấn đề đất đai ở Việt Nam là điều không còn gì phải bàn luận nữa.Cũng trong số các sách cho chúng tôi mượn có một cuốn làm tôi chú ý của tác giả Trần Văn Điển, một kỹ sư nông nghiệp, nói về các loại củ của một số cây công nghệ như khoai mì, sắn dây, hoành tinh, củ năn, nghệ, gừng... có thể chế biến thành các loại thực phẩm "cứu đói" hay có dược tính chữa bệnh. Tác giả phân tích rất kỹ thành phần các chất trong khoai mì là thứ tù cải tạo chúng tôi đang phải ăn hàng ngày. Theo tác giả này, khoai mì chỉ là một trong những loại củ cho người dùng nguồn chính của carbohydrat và không có gluten, chứ không hề có protein. Vì thế, nếu sử dụng khoai mì với tỷ lệ chế ngự so với gạo trong khẩu phần hàng ngày, con người bị đẩy vào trong tình trạng thiếu dinh dưỡng, phù thũng hay ốm còi. Hơn nữa, vẫn theo tác giả trên, khoai mì chứa một vài chất độc như cyanide, nhất là ở lớp vỏ bọc ngoài, có thể gây nguy hiểm cho người dùng nếu không chế biến cẩn thận.

Cho nên, ở ngoài xã hội cũng như trong phần lớn nhà bếp của những trại cải tạo hay ở địa điểm lao động tập thể, khoai mì được nhổ lên lấy củ. Muốn luộc ăn, khoai mì phải được ngâm nước ít nhất hai ngày trước khi chế biến. Nếu là khoai mì lát, phơi khô rồi, cũng phải ngâm với nước vo gạo ít nhất một ngày trước khi nấu chín. Có một lần, nhà bếp của phân trại E đem đổ nước đã ngâm khoai mì xắt lát phơi khô xuống hào chung quanh trại có thả cá rô phi, ngày hôm sau những con cá rô phi này chết nổi lềnh bềnh trên mặt nước.

Theo nhiều tài liệu khoa học, khoai mì không có một chút protein nào, ngược lại lá cây khoai mì lại có nhiều protein thực vật. Vì thế, trong trại A- 20 Xuân Phước, có một vài anh em vì đói và muốn mưu sinh thoát hiểm nên đã thử ăn đọt lá khoai mì luộc. Họ cho biết rất khó ăn và hơi bị say.

Phước "Moshe Dayan" là người giới thiệu với tôi loại lá cây khác mà theo anh cũng có nhiều chất đạm. Đó là đọt lá "cây hoa cứt lợn" luộc chín. Tôi được Phước cho ăn thử một đọt, nhưng do cảm thấy mùi hắc và nham nhám, không thể nuốt được. Phước "Moshe Dayan" thì tiếp tục ăn, cho đến khi lên cơn đau bụng dữ dội. Anh em dìu Phước lên bệnh xá, nơi có một số bác sĩ quân y VNCH (BS Châu và BS Lộc), vốn là những tù cải tạo như chúng tôi được trại đưa lên, làm việc ở bệnh xá. Trưởng bệnh xá là một trung úy y sĩ Việt Cộng (ở trong quân đội Cộng Sản vào thời đó, bác sĩ là từ ngữ để gọi những người tốt nghiệp trường đại học y khoa, còn y sĩ dùng để gọi những người tốt nghiệp trường huấn luyện y tá) và cũng may anh ta còn chút lương tri nên chấp thuận đưa Phước "Moshe Dayan" ra bệnh viện Tuy Hòa theo đề nghị của Bác Sĩ Châu và Bác Sĩ Lộc. Các bác sĩ tại bệnh viện Tuy Hòa thực hiện cuộc phẫu thuật và khám phá ra là phân có lẫn bã lá "cây cứt lợn" không đẩy xuống hậu môn để thải ra được khiến ruột già của Phước bị sưng lên. Ngay chính Phước "Moshe Dayan," khi được đưa trở lại trại, xác nhận anh sống được là nhờ phép lạ. Phước nói: "Chỉ chậm một chút thôi là chết chắc."

Phước là nông dân miền đồng bằng sông Cửu Long còn giữ nguyên được những "đặc tính miệt vườn:" chịu đựng nắng mưa bền bỉ, không sờn lòng trước đói khổ, ngay thẳng và hào phóng. Anh từng là một đảng viên của lực lượng vũ trang của Hòa Hảo. Sở dĩ anh em trong trại gọi anh là Phước "Moshe Dayan" là vì anh chỉ còn một con mắt. Là một nông dân còn nguyên chất, thông hiểu những loại "rau rác" (từ ngữ của chính anh) có thể kiếm được ngoài đồng hay ở bìa rừng, Phước "Moshe Dayan" chỉ cho những anh em bạn tù cách mưu sinh thoát hiểm, nghĩa là chỉ cho biết loại rau dại nào có thể ăn được, loại nào không ăn được, từ rau diệu, cho đến đọt lá khoai mì, rau sam mọc hoang, đọt cỏ thài lài... Mọi điều anh chỉ dẫn đều đúng, nhưng Phước "Moshe Dayan" lầm ở vụ ăn đọt cây hoa "cứt lợn," vì không phải bất cứ loại lá cây nào có chất đạm là con người có thể ăn được.

Nhưng chỉ ít tháng sau khi đi mổ ruột về, Phước bị vào nằm trong cùm mất gần 1 tháng trời vì tội "phá hoại tài sản Xã Hội Chủ Nghĩa." Xuân Phước thường có những cơn mưa lớn hàng năm vào cuối tháng Mười. Mưa cũng hay gây ra lũ, nước dâng lên tới bậc thềm buồng giam. Tù cải tạo được nghỉ lao động, nhưng nếu nghỉ lao động thì không thể "cải thiện rau rác linh tinh" ở ngoài bãi lao động ngõ hầu có thể thêm cặp vào số lượng thực phẩm quá ít hàng ngày. Phước "Moshe Dayan" là người khám phá ra lá cây cỏ kiểng (hình thù giống lá mồng tơi nhưng chỉ nhỏ bằng móng tay, mầu hơi đỏ, trồng dọc theo những hàng gạch trên lối đi từ cổng dẫn vào trại, dọc theo hội trường, nhà văn hóa và quanh các nhà giam).

Phước cắt trộm những lá ấy và cho vào lon gô nấu, cho vào tí nước muối thành canh, rồi hô hoán: "Anh em ơi, cỏ kiểng mà nấu canh ăn hệt như canh mồng tơi." Một số anh em ăn thử và thấy cũng giống canh mồng tơi thiệt, nhưng cái hậu hơi ngứa ở cổ. Vì cái hậu hơi ngứa ở cổ này nên mới đầu chỉ có một sốt ít anh em hái trộm thôi. Nhưng cái đói Tháng Mười ở Xuân Phước khiến càng ngày càng có đông anh em nấu canh bằng cỏ kiểng.

Như một vài anh em tù cải tạo đã mô tả cái đói của chúng tôi bằng cách ví von chúng tôi như một đoàn quân Mông Cổ, đi đến đâu thì khiến nơi ấy cỏ không kịp mọc. Cỏ kiểng ở trại A- 20 không kịp mọc thật! Vì thế ăng- ten mật báo với trực trại và Phước "Moshe Dayan" bị kêu đi làm việc và sau đó vào nằm chuồng cọp với tội danh do bị "nâng quan điểm" từ việc đói quá cắt trộm cỏ kiểng nấu ăn thành tội "phá hoại tài sản Xã Hội Chủ Nghĩa!" Kiểu nâng quan điểm sau những cánh cổng nhà tù Cộng Sản cùng lắm chỉ mang lại hậu quả là người tù phải vô nằm trong chuồng cọp, nhưng ở ngoài đời mà nhiều người coi chỉ là cái chuồng lớn hơn, người bị nâng quan điểm có khi phải đương đầu với hậu quả là chung thân tù đày, gia đình tan nát.

Miếng Bánh Bẹp Bị Cắt:
Trò Lũng Đoạn Thâm Độc

Đói quá thì không còn sức để lao động nên ra ngoài bãi lao động nhiều anh em tù cải tạo phản ứng bằng cách "chống cuốc," nghĩa là làm tà tà hoặc không làm, không hoàn tất chỉ tiêu. Khi không hoàn tất chỉ tiêu thì vào những ngày cuối tháng, đội trưởng phải tổ chức các buổi "góp ý, phê và tự phê" rồi "bình bầu" mức ăn hàng tháng cho mỗi tù nhân cải tạo.

Trên nguyên tắc, mỗi đội phải bình bầu mức ăn theo 4 hạng: A, B, C, D. Nhưng thực tế đội trưởng phải giao nộp danh sách bình bầu chỉ 3 hạng: lao động xuất sắc (hạng A), lao động trung bình (hạng B) và lao động chây lười (hạng C), còn hạng D dành cho những người nằm trong xà lim (chuồng cọp). Về hậu quả, những người bị bình bầu mức ăn hạng C, tức "chây lười lao động, khai ốm nhiều lần trong tháng," bị bớt phần ăn vốn một con mèo ăn đã không no để thêm vào phần của những người được xếp vào hạng "lao động xuất sắc."

Những ai từng sống và từng bị đi tù dưới chế độ Cộng Sản đều hiểu rằng cái kiểu "góp ý, phê, tự phê" mà nhà cầm quyền chủ trương vào những năm sau 1975 chỉ là phương thức mà họ dùng để lũng đoạn, bóp bao tử, gây chia rẽ trong khối dân chúng để dễ bề cai trị (từ ngữ mà chế độ mới dùng để thay thế cho việc cai trị là từ "quản lý"). Cho nên, ban quản trại A-20 Xuân Phước bày ra trò định mức ăn cho tù cải tạo cũng chỉ với mục đích tạo ra mâu thuẫn để chia rẽ, trừng phạt và hạ nhục anh em chúng tôi mà thôi. Phản ứng của một số anh em còn sáng suốt và tỉnh táo trong đội lao cải mà tôi đang phải làm công việc khổ sai vào thời điểm đó là giơ tay trong buổi tối sinh hoạt đội khoảng nửa năm sau khi bị đày lên A-20 và nói: "Thôi anh đội trưởng ơi, tụi này đồng ý chỉ nhận mức ăn chây lười lao động tức là ăn cái súng lục để đỡ phải bình bầu, gấu ó nhau cho thêm nhục. Các cụ ta đã nói miếng ăn là miếng nhục mà anh đội trưởng, nhưng trong trường hợp chúng ta, miếng ăn là cần thiết. Những ai lao động nhiều hơn thì phải ăn nhiều là hợp lý rồi. Bọn tôi lao động chây lười thì phải ăn ít hơn là lẽ đương nhiên."

Khi đội trưởng ĐVL, một đại úy thuộc tiểu khu Quảng Trị theo lời khai lý lịch trích ngang của anh ta, còn đang lúng túng chưa biết giải quyết ra sao vì rõ ràng đây là phản ứng chống đối và thách thức trại thì Đỗ Khắc Minh mà chúng tôi thường gọi theo biệt danh thân mật là Minh "cà chua," tương thêm: "Ê, tao tình nguyện mức D luôn. Mẹ kiếp, đã đói rồi đói thêm cũng chẳng chết thằng Tây nào chứ tao thấy cứ ngồi mà bình với bầu cấu xé nhau nhục lắm. Ghi vào biên bản ý kiến của tao." Dĩ nhiên, đội trưởng mà ghi những lời của Minh "cà chua" vào biên bản thì chính đội trưởng cũng mất chức ngay và những ưu quyền được gặp mặt và nhận quà từ gia đình của anh ta cũng sẽ thành mây khói. Anh chàng này thì lại thuộc loại ăn khỏe và làm việc hùng hục như trâu để làm sao "vượt chỉ tiêu." Không biết thời còn phục vụ ở tiểu khu Quảng Trị, anh có làm việc xuất sắc như thời tù trong trại lao cải này không, nhưng nếu thấy anh em nào chống cuốc anh cũng xăng xái đến cuốc đất giùm cho đạt và vượt chỉ tiêu quản giáo giao.

Anh em ghét anh ta ở chỗ khúm núm trước cán bộ quản giáo một cách không cần thiết, thứ đến, cứ "vượt chỉ tiêu" theo kiểu của anh ta thì chết những anh em kém sức khỏe vì phải ăn đói và phải làm việc nặng. Trong hoàn cảnh bị lưu đày, ai cũng hiểu rằng mình ở cái thế rất yếu nên cũng muốn tìm một giải pháp để không làm "kẹt" anh ĐVL và tương đối dễ thở hơn một chút cho đội. Có hai lý do: Thứ nhất, là những bạn đồng tù sống chết với nhau đã nhiều năm trong trại cải tạo, những người được bình bầu mức ăn hạng A nhận thấy không thể nào muối mặt nhận thêm phần chia được cắt bớt đi của những người bị bình bầu mức ăn hạng C được. Thứ hai, cái đói vẫn có khả năng làm cho một người tù có thể không thấy việc mà một số anh em đồng tù lên án "cướp cơm chim" là muối mặt nữa. Và vụ bớt khẩu phần của những người "chống cuốc" vẫn tiếp tục diễn ra cho đến khi các cựu sĩ quan trẻ tuổi trong đội vận động và áp lực những người nhận thêm miếng ăn của người bị cắt bớt khẩu phần không nên tiếp tục hành động không xứng đáng với tư cách của một sĩ quan quân đội VNCH. Nhớ lại chuyện này và viết ra, tôi hiểu rằng nhiều người sẽ thắc mắc: "Thế viết ra chuyện nhỏ nhặt này làm gì?"

Và nếu có ai thắc mắc thì đây là lời giải thích của cá nhân tôi:

Thời điểm xảy ra chuyện bình bầu mức ăn, mọi người đã trải qua gần 5 năm đói khổ rồi. Người nào cũng thấy bắp thịt của mình mỗi ngày một teo đi, trong khi hàng ngày mỗi người lãnh được 3 miếng bánh bẹp và nước muối, quanh năm không thấy hơi thịt, cá, trừ vào chiều 30 Tết hàng năm mỗi người được phát cho một miếng thịt heo bằng hai ngón tay. Nhiều anh em ngậm miếng thịt bữa cơm chiều 30 mà không dám nuốt, sợ hết. Bánh bẹp là bánh gì? Theo lời những anh em làm nhà bếp, không hiểu sao vào những tháng giữa năm 1980, nhà bếp tù được lệnh đi lãnh bột mì do Canada viện trợ nhân đạo. Bột mì lãnh về, họ cho nước vào nhào thành bánh, cán dẹp xuống, bề dầy hơn nửa phân, diện tích mỗi chiếc bánh bằng lòng bàn tay hình chữ nhật rồi đem luộc chín. Buổi sáng, chúng tôi được phát một miếng bằng phân nửa buổi trưa và chiều cùng với một chén nước muối thật mặn.

Những người được bình bầu lao động xuất sắc, ngoài phần mình có, còn có thêm phần cắt đi từ những miếng bánh của người bị bình bầu mức ăn hạng C. Khi miếng bánh bẹp bị cắt đi một phần, nó biến thành hình của cây súng lục gỗ mà trẻ em Việt Nam hay chơi. Chỉ có người nào từng qua những trại cải tạo của Cộng Sản thuộc kiểu trại Lý Bá Sơ hay Đầm Đùn mới thấy được toàn bộ nỗi đau mất nước, nỗi đau của cảnh tan hàng, sụp đổ. Cuối cùng, bao nhiêu hy sinh xương máu của thế hệ chúng tôi đã có một kết quả là ngồi trong nhà tù Cộng Sản và phải ngồi để tìm cách bớt phần ăn nhỏ nhoi của nhau.

Cái ngạc nhiên nhất của tôi là trong đội vẫn có một số anh em khiếu nại đội trưởng tại sao phần bánh của anh ta hôm nay không có phần bánh dành cho người lao động xuất sắc. Còn có nỗi buồn nào, nỗi nhục nào hơn thế không? nhưng đó là thực tế mà tôi thấy những hồi ký về cuộc lưu đày sau 30 tháng Tư, 1975 không nhắc tới và thay vào đó là những trang sách toàn những gương anh hùng trong trại giam. Tôi cho rằng gương anh hùng cũng nhiều thật, nhưng nó không nhiều bằng những tấm gương của cả một khối người, tuy thất trận, tuy gãy súng như Cao Xuân Huy mô tả, đã cắn răng chịu đựng sự hành hạ của cái bao tử lúc nào cũng lép kẹp, trống rỗng để giữ cho mình thẳng lưng trước kẻ thù và chung thủy với anh em. Sự lựa chọn giữa cái đói cào cấu và sự giữ thẳng lưng cũng như nhân cách là một chọn lựa khó khăn!

Cuối cùng, chỉ có một số rất nhỏ cứ hay nhì nhằng về cái "phần thưởng" hớt từ bát cơm của chính anh em khác.

Nhưng chỉ nội chuyện này không thôi đã làm cho kẻ địch cười vào mũi chúng tôi, nên phải có một thái độ. Những anh em sĩ quan trẻ tuổi nhất lãnh đạo kế hoạch "bình định" này: Phạm Đức Nhì, Nhàn "cụt," Ngọc "đen," Hải "Bầu," Tú Cường, Minh "cà chua," Hải "cà"... vốn là những người lúc nào cũng sẵn sàng dùng bạo lực với những kẻ không biết điều và sống với anh em hàng ngày nhưng lúc nào cũng tơ tưởng ngoài trại.

Các anh em này liên lạc với các đội khác và nhà giam khác để cùng thi hành một lúc kế hoạch chung: Cứ để cho mọi chuyện diễn ra như bình thường, nhưng sau khi được chia khẩu phần, số đông tự nguyện mang trả lại những anh em bị cắt bớt khẩu phần. Thành phần còn lại anh nào mở miệng ra khiếu nại với đội trưởng về phần thưởng lao động xuất sắc bị cảnh cáo ngay, "Tiếp tục thực hiện tình huynh để chi binh và đoàn kết, ai chống lại thì chỉ có cách ôm mền chiếu ra ngủ ngoài trại với cán bộ thì mới an toàn tính mệnh. Các anh không biết nhục mà không nhìn thấy cảnh mỗi khi chúng ta bị chuyển trại được dân chúng giúp đỡ đầy tình quân dân cá nước hay sao."

Thông điệp này có kết quả nhờ vào sự cương quyết của phần đông những sĩ quan quân đội trẻ tuổi còn hừng hực lý tưởng. Cũng chính vì thế mà chúng tôi, dù vẫn phải bình bầu mức ăn, dù danh sách bình bầu vẫn được đội trưởng gởi đi, trên thực tế, chẳng bao giờ được thực thi cả. Có những đội sau này vẫn bình bầu mức ăn nhưng anh em nào được cử chia khẩu phần mỗi ngày vẫn chia đồng đều như bình thường, không cần A, B, C nữa và cũng chẳng có

cần ăng- ten nào dám giương ra riêng đối với vụ bình bầu
mức ăn và chia khẩu phần tại trại A- 20 Xuân Phước. Tuy
nhiên, nói đi thì cũng nên nói lại cho cân bằng. Khi đọc
đến đây, một số độc giả sẽ cho rằng tôi nói quá chứ trong
tù chia sớt công bằng khẩu phần với những bạn đồng tù là
nghĩa vụ tự nhiên chứ có gì gọi là can đảm. Tôi không
phản đối nếu người nào có ý kiến này, nhưng tôi cũng
thấy có bổn phận phải giải thích thêm: nghĩa vụ chia sẻ
đồng đều và công bằng không phải là một ý thức tự nhiên
giữa những người dân sống với nhau trong một xã hội
bình thường.

Trong môi trường đói khổ và bị đàn áp, trong môi
trường tù đày không thấy có ngày ra, trong điều kiện lao
động khổ sai để trả nợ áo cơm hàng ngày bằng cái khẩu
phần ít ỏi nói trên, một lát khoai mì, một hạt cơm quí vô
cùng. Cho nên, vào hoàn cảnh này, phải có một ý thức còn
trong sáng về nhân cách, lòng trắc ẩn và sự can đảm mới
có thể đối xử được tử tế với các anh em bạn tù chung
quanh mình. Hơn thế nữa, bọn cán bộ trại giam Cộng Sản
sẽ tìm cách triệt hạ bất cứ một người tù nào bằng cách này
hay cách khác nếu thấy người tù ấy còn đủ sáng suốt để
làm cho những âm mưu hạ nhục và nhất là âm mưu dùng
sự kiểm soát bao tử để làm tê liệt suy nghĩ chính đáng của
tù cải tạo không thành công.

Một người bạn tù có thể sẵn sàng không lấy phần chia
thêm bằng cách bớt khẩu phần của người bạn của mình,
nhưng mặt khác anh có thể không thích phần chia của anh
ít hơn của người khác. Đó là lý do tại sao đã có nhiều cảnh

diễn ra không được đẹp trong những buổi chia khẩu phần ăn tại một số trại cải tạo. Phải mất nhiều năm sau, hình ảnh này mới không còn tiếp diễn nhờ vào nỗ lực của khối tù nhân cải tạo, không ai bảo ai, mở cuộc vận động giữ gìn "đói cho sạch, rách cho thơm" chứ không phải nó đến một cách tự nhiên ở một môi trường rất dễ diễn ra cảnh giậu đổ bìm leo như môi trường ở đằng sau các cánh cổng nhà tù dưới chế độ Cộng Sản. Từ thuở học vỡ lòng cho đến khi trưởng thành trong một đất nước nội chiến dài dặc, ai cũng thấy ngạn ngữ được rao giảng "đói cho sạch, rách cho thơm" nói ra để cho người khác một bài học luân lý đạo đức thì dễ, nhưng thực hiện thì khó muôn trùng.

Cho nên, nói những chuyện to tát như chống Cộng, diệt Cộng không có gì khó khăn đối với những người có cái loa miệng, ai cũng có thể nói được. Nhưng không phải ai cũng làm được. Do vậy, trong trại giam cũng có những thành phần không bao giờ hành động để bị gọi là chống đối chế độ cả, nhưng họ sẵn sàng lên án người khác "đầu hàng kẻ địch," "chao đảo," "không giữ vững lý tưởng quốc gia"... Họ không thể hiểu rằng muốn đứng thẳng lưng trước kẻ thù, ai cũng phải trả cái giá để bảo vệ nó. Rút cục nhân cách, lý tưởng, lập trường chống Cộng đều phải đổi lại bằng những năm tù đày lâu dài lắm dưới chế độ Cộng Sản.

Những Quyết Định Khó Khăn Nhất Trong Đời Tù

Ăn đói, làm việc nặng, nhưng khi đau ốm thì cũng chỉ có "xuyên tâm liên," một loại lá thuốc nam sơ chế được cấp phát cho tất cả mọi tù nhân cải tạo khai bệnh tại bệnh xá, từ nhức đầu, đau bụng, cao máu cho tới thổ tả, kiết ly, nhiễm trùng đường ruột, lao phổi… Chúng tôi châm biếm cái loại thuốc viên từ lá cây xuyên tâm liên nghiền nát đóng thành viên này là thuốc "cải sinh thành tử" hoặc là thuốc "cải tiến thành lùi," lấy từ ý tưởng chiếc xe cút- kít hay chiếc xe bò do người kéo thì được người Cộng Sản gọi là "xe cải tiến."

Sự lộng ngôn này quả thực là một sự lăng mạ vào nền văn minh của nhân loại. Và điều mỉa mai và cay đắng đối với chúng tôi, chính những người chủ trương lăng mạ nền văn minh kỹ thuật của thế giới lại là những người chiến thắng, những người nói gì chúng tôi cũng phải nghe chỉ vì chúng tôi thuộc vào phe thất trận. Chưa hết, mỗi trại cải tạo có một bản nội qui, một văn kiện pháp quy rừng rú, được đặt ra chỉ nhằm sỉ nhục những người ngã ngựa như chúng tôi. Một số tác giả khi viết lại hồi ức về thảm kịch thường gọi những người người Cộng Sản là "thằng ngu thắng trận." Dùng thứ ngôn ngữ này trong các hồi ức của mình hay trong những chuyện dân gian châm biếm sẽ phản tác dụng. Bởi vì nếu bảo rằng những người Cộng Sản ngu dốt nhưng vẫn thắng trận thì rõ ràng "đối thủ" của họ còn … ngu hơn!

Trở lại câu chuyện, tôi muốn nói tới "8 Điều Lệnh Nếp Sống Văn Hóa Mới," buộc tù nhân trong các trại cải tạo phải "sống một cuộc sống văn minh, ăn ở phải sạch sẽ, dùng thức ăn nấu chín, giữ trật tự và tự giác giữ an ninh trại giam."

Nhớ lại thời gian ở Hàm Tân Z- 30C, láng trại dù là nhà tranh vách đất, sàn ngủ hai tầng bằng gỗ nhưng sạch sẽ không thấy một cọng rác cũng đều là do công tù.

Do nhìn thấy môi trường ảnh hưởng trực tiếp đến đời sống của anh em trong trại, các tù nhân trong đội vệ sinh trong trại làm việc rất tích cực. Tuy nhiên, sức người có hạn nên ở các khe ván gỗ, một đội quân rệp hùng hậu vẫn núp trong chiếu mùng, con nào con nấy no kềnh vì hút máu tù đến nỗi không bò được. Cầu tiêu trong nhà thuộc loại cầu tiêu thùng được kiến thiết theo kiểu cầu tiêu thùng năm 1940 ở ngoài Bắc, nước giội cầu thì ít, giấy vệ sinh là giấy báo hay giấy bao xi- măng do tù tự kiếm lấy, mùa gió lùa vào trong cầu, luồn vào láng, mùi hôi thối và khai của phân và nước tiểu, buổi sáng, các anh em trong đội rau xanh phải gánh các thùng gỗ chui vào hầm cầu mang những thùng cầu đổ vào một thùng gỗ lớn rồi cứ hai người một khênh ra ngoài bãi lao động hòa với nước và tưới lên các luống rau cải. Cải bẹ xanh lớn như thổi, nhưng đội thu hoạch về chỉ gánh vào nhà bếp cán bộ. Họ gánh ra suối nhúng sơ sơ rồi đem về luộc chín. Ấy vậy mà nhiều lần dịch thổ tả lây lan suốt tiểu đoàn công an vệ binh. Vào những dịp ấy, do sợ bệnh dịch nên một số lượng rau cải mới được đưa xuống bếp tù. Tuy nhiên, những lần tù cải tạo được phát canh cải bẹ xanh, một số anh em tuy đói và thèm rau cũng vẫn không dám dùng. Lý do là sợ bị kiết lỵ và khi tù bị dịch tả xuống bệnh xá khai bệnh mà chỉ được cấp những viên xuyên tâm liên có khi cái chết đến còn mau hơn. Nhưng quyết định không ăn rau cải dù đã nấu chín với muối trong khi bụng đang rỗng cũng trở thành một quyết định rất khó khăn. Cái khó khăn và thử thách ấy cũng giống như tình trạng suốt cả năm chỉ vào ngày Tết tù nhân mới được một miếng thịt nhỏ, làm thế nào mà một tu sĩ Phật Giáo trong chốn lao tù không phá giới nếu các vị tu sĩ ấy không đủ ý chí để vượt thắng chính bản thân mình?

Sự ngược ngạo của cái gọi là "nếp sống văn hóa mới" trong các trại cải tạo của Cộng Sản còn nằm ở một điểm: Cứ vào sáng Chủ Nhật, kéo dài đến chiều, trại Hàm Tân Z-

30C mở nhạc cổ điển Tây Phương diễn giải được khuếch đại qua một cái loa lớn treo trên cái cột gần bệnh xá cho chúng tôi nghe trong lúc chúng tôi hì hục suốt cả buổi chỉ để chế biến khoai mì lát, bo bo, bắp hay rau rác tập tàng cho dễ ăn hơn! Một vài bạn đồng tù với tôi không chịu được sự ngược ngạo như thế, bực quá văng tục: "Đm... đáng lẽ thằng Cứ (Tống Đăng Cứ, một thượng sĩ công an người Tàu lai ở khu Đông Kinh, Hải Phòng, cán bộ trực trại) phải đem bàn trải khăn trắng rồi đốt nến cho chúng ông xơi khoai mì lát mới là nếp sống văn hóa mới." Một bạn tù khác, Luật Sư Ngô Quốc Việt, chen vào: "Thôi, tôi lạy các ông. Thà cố gắng làm quen với các bác Mozart, Chopin, Beethoven, Brahms... còn hơn nó tra tấn mình bằng cái giọng eo éo của Tàu qua các bài tụng như "Bác cùng chúng cháu hành quân," "Mùa hoa lekima nở," "Tiểu đoàn 307"... thì điên mẹ nó lên mất." Đại khái, cái nếp sống văn hóa mới Xã Hội Chủ Nghĩa là như thế ở trong các nhà tù nhỏ cũng như nhà tù lớn hơn tại Việt Nam, chưa kể đến cuộc sống đói khát đến nỗi ra bãi lao động, con gì mà nhúc nhích được cũng bắt đem nướng ăn. Giáo Sư Joe Brinkley, dạy về môi trường ở Đại Học UC Berkely trước đây từng thăm Việt Nam và cáo buộc người Việt Nam "ngả" hết chó để ăn thịt cho nên ông không còn thấy chúng chạy ngoài đường nữa. Ông từng bị phản ứng gay gắt về những lời lẽ quá đáng này. Nhưng chắc ông còn ngạc nhiên hơn nếu vào những năm của thập niên 70, 80 và 90, ông đến thăm các trại cải tạo, tôi tin rằng lúc đó ông sẽ mau mắn "phán" ngay: môi trường ở các trại cải tạo

Việt Nam sạch đến nỗi không còn một con chuột cống hay chuột chù nào còn có thể sống được!

"Nếp sống văn hóa mới" xã hội chủ nghĩa ở tại A- 20 Xuân Phước có những điểm tương đồng như các trại khác, nhưng mức độ "lên gân" gay gắt hơn. Đói khát như thế, nhưng tù nhân cải tạo nào kiếm được rau rác hay bắt được ếch nhái phải làm cách nào tiêu thụ ngay ở bãi lao động chứ nếu mang về trại là bị khám xét rất kỹ, bị tịch thu và tù cải tạo bị phạt. Nhẹ thì kiểm điểm, nặng thì vào cùm, đúng nội quy thì thời hạn trừng phạt là 7 ngày nhưng cũng có thể "nghi can" nằm trong cũi vài ba tháng, một năm không chừng tùy theo đối tượng có thuộc thành phần bị ghi sổ đen hay không. Trong thời gian nghi can bị cùm, cán bộ an ninh trại giam thường gọi các tù nhân bị kỷ luật ra làm việc. Hắn không hỏi tù nhân về tội vi phạm "8 Điều Lệnh Nếp Sống Văn Hóa Mới" mà áp lực tù cải tạo phải khai báo về những chuyện khác lớn lao hơn trong đội hay trong nhà giam, như âm mưu trốn trại, gởi thư chui ra ngoài, hô hào nổi dậy, tổ chức hát tù ca, tổ chức các lễ trọng của VNCH: Ngày Quân Lực 19- 6 và Quốc Khánh 1- 11, họp khóa trong số những cựu sĩ quan và cựu công chức. "Nói KHÔNG" hay "Nói CÓ" đều bị nhốt lâu và bị thẩm cung liên miên nếu tù cải tạo bị liệt vào danh sách "cứng đầu" trong trại.

Ở trong điều kiện của đời sống như hiện nay tại Hoa Kỳ, đề cập đến chuyện "nói KHÔNG" trong tù thì dễ nhưng trong điều kiện của trại trừng giới A- 20 Xuân Phước vào thời điểm từ 1979 đến 1987, việc phủ nhận các lời cáo buộc hay nâng quan điểm của cán bộ trại giam bao giờ cũng trở thành một thử thách với tù nhân. Người tù cải tạo ở những trại không phải là loại trại "A" sẽ rất ngạc nhiên nếu họ nghe thấy một tù nhân nào từ A- 20 Xuân Phước nói là mình bị cùm một tháng chỉ vì đem rau rác từ bãi lao động nhập trại hay nấu nướng trong phòng giam. Nhưng tôi có thể giải thích điều này: ở trại A- 20, việc một tù nhân bị cùm một vài tháng hay cả năm trời vì "tội phát biểu linh tinh," "vi phạm điều lệnh nếp sống văn hóa mới" là một án nhẹ so với mức trừng phạt cùm hai chân từ 3 năm tới 5 năm trong xà lim hay chuồng cọp cá nhân.

Nhưng quyết định đưa một tù cải tạo vào chuồng cọp thì không phải là an ninh trại giam muốn anh ta phải nhận tội cho chính anh ta mà thôi. Chúng muốn dùng áp lực để người tù nhận tội, nhưng sau khi nhận tội anh ta sẽ phải khai ra tổ chức của mình trong trại giam. Trong khi, điểm quan trọng nhất là một người tù còn nhân cách và không hèn nhát, phản bội anh em thì phải biết "nói KHÔNG" với điều sau này. Nhưng muốn làm một tù nhân cải tạo thật đàng hoàng, cần phải hiểu một thực tế: dù mình có nhận tội hay không, vẫn bị cùm như thế. Vậy thì tội vạ gì mà phải nhận tội và khai gian cho anh em. Nằm trong cùm bị bớt khẩu phần và nước uống nhưng không phải lao động khổ sai để đổi lại 300 grams thực phẩm mỗi ngày. Nằm cùm, dù bị cắt bớt khẩu phần, có đói đến lả đi, nhưng sẽ không chết trừ phi bị nhiễm kiết lỵ.

Ngược lại ở ngoài trại, lao động nặng lại ăn uống thiếu thốn kiểu đó, bị lao phổi có khi lại chết mau hơn không chừng. Cuối cùng, muốn giữ nhân phẩm, duy trì nhân cách và khí tiết, một người tù cải tạo phải biết chấp nhận phần xấu nhất cho đời tù của mình, đó là sẵn sàng ra nằm ở Đồi Thông (nghĩa địa của tù nhân cải tạo). Sự chấp nhận ấy là chiếc chìa khóa hóa giải bất cứ sự sợ hãi nào.

Phân tích và quyết định như thế khiến tôi yên tâm và coi việc nằm chuồng cọp là một hình thức nghỉ ngơi. Đó cũng là lý do tại sao giữa vòng vây của an ninh trại giam và những nội gián trong số bạn đồng tù với mình, tôi gấp rút chuẩn bị cùng với một số anh em khác đồng chí hướng cho ấn hành một nguyệt san lấy tên là "Hợp Đoàn," một nguyệt san chỉ có một ấn bản viết tay duy nhất và bí mật lưu hành trong trại, nhưng lúc nào chúng tôi cũng chuẩn bị nếu có cơ hội là gởi ra nước ngoài.

Việc lưu hành tờ báo kéo dài tới khi tôi bị đưa vào chuồng cọp vài ngày trước 30 tháng Tư, 1981. Sau đó, một vài anh em khác cộng tác với tôi còn ở bên ngoài cố gắng duy trì tờ báo, nhưng sau đó anh em tính toán rằng tôi có thể bị cùm lâu năm nên họ tự động ngưng, không hoạt động nữa theo lời yêu cầu trước của tôi mà trong phiên họp đầu tiên "tòa soạn" bí mật đã đồng ý với mục đích bảo đảm an toàn sinh mạng chính trị cho anh em. Bởi vì vào thời điểm ấy chúng khám phá được sự việc, bọn an ninh trại giam đem chúng tôi ra bắn ngay.

Thời gian chúng tôi chuẩn bị ra báo thì trong trại có nhiều biến động. Trước hết là vụ "No Eat, No Work" tức là không cho ăn uống đàng hoàng thì không lao động, một phản ứng của tù cải tạo mang "án cao su," mỗi án tập

trung là 3 năm lao cải, nhưng người tuyên án thường "cà
lăm" khi ra án quyết. Chúng tôi thường nói đùa nhau như
thế, nhưng sự thực tất nặng nề hơn nhiều. Về bản án "cao
su" mà chúng tôi đang phải mang trên vai, có một câu
chuyện cười rất lạ lùng, nhưng có thật, trong trại A- 20
Xuân Phước. MhR là một thanh niên nông dân ở Tân
Châu. Anh chỉ là một binh nhì quân dịch thuộc Trung
Đoàn 31 Sư Đoàn 21 Bộ Binh/VNCH. Sau 30 tháng Tư,
1975, anh tham dự Mặt Trận Phục Quốc và bị bắt tại Đồng
Tháp tháng Mười, 1976, trên đường đi họp tổ kháng chiến.
MhR không bị đưa ra tòa mà chỉ bị tập trung cải tạo ở một
trại tên là trại cải tạo Kinh 5, sau đó bị đưa lên Z- 30D và bị
"thanh lọc" rồi bị đưa đi trừng giới ở A- 20 Xuân Phước.

Là nông dân chính gốc, MhR hay lui cui tìm chỗ đất
trống nhưng khuất để gieo hạt cải, đậu bắp hay rau
muống. Một hôm, vào khoảng trước Tết năm 1980, không
biết MhR xin ở đâu được một hạt sầu riêng. Đang lui cui
trên bờ rãnh thoát nước bên bờ giếng nhà giam số 1 thì
một vệ binh súng dài đi ngang. Thấy MhR đang chôn giấu
gì, anh ta lên tiếng: "Ê, cái anh này, chôn giấu gì đó, moi
lên coi." MhR cúi xuống moi lên một hạt sầu riêng. Anh
chàng vệ binh súng dài mặt non choẹt hỏi: "Hạt gì mà
trồng ở đây, chỗ đó đâu phải chỗ để canh tác?" MhR thành
thật trả lời: "Thưa cán bộ, tôi trồng sầu riêng." "Bao lâu
cây sầu riêng mới ra trái?" Vệ binh súng dài thắc mắc.
MhR cười cười rồi nói: "Trồng bằng hạt thì 15 năm mới có
trái." Anh chàng vệ binh cũng bật cười rồi nói trước khi bỏ
đi: "Vậy thì anh ở đây chờ ăn trái sầu riêng đầu tiên rồi

hãy về nhé." MhR không phải chờ đến mùa ra trái đầu tiên của cây sầu riêng mới được thả, nhưng anh cũng phải bóc tới 10 cuốn lịch.

Vụ "No Eat, No Work" thất bại vì nói chung là thiếu sự đoàn kết đồng lòng và là một trong những bài học cụ thể cho thấy "nói KHÔNG" đối với người tù không phải là một quyết định dễ dàng dù đang bị đẩy vào chân tường. Sau vụ này, những người chủ trương như PđN, NtC, NvL tự "LBô," CtT và một số anh em lên từ Z- 30D bị đẩy vào chuồng cọp dễ cũng đến nửa năm. Họ bị cùm hai chân và là những người đầu tiên phải đối phó với chế độ thực phẩm được họ gọi là "hai muỗng cơm, hai muỗng nước," một mức độ trừng phạt có thể nói rằng khắt khe nhất trong số những chuồng cọp được xây dựng trên toàn lãnh thổ Việt Nam. Cơm được chan nước muối mặn chát, nhưng nước uống thì một bữa 2 muỗng. Lối nhục hình ấy khiến người tù phải đối phó một cách tuyệt vọng bởi những cơn khát cháy cổ đến nỗi phải giải quyết bằng cách liều lĩnh uống nước tiểu của nhau. Nhưng nếu không muốn bị lả đi và rơi vào tình trạng hôn mê vì mức độ khát gia tăng thì phải chọn lựa: hoặc là hy sinh chút nước, rửa cơm cho bớt mặn, hoặc muốn uống cả hai muỗng nước thì chỉ nên ăn một nửa muỗng cơm. Sự lựa chọn này cũng rất khó khăn, hầu như khó vượt qua.

Làm 'Báo Chui' ở A- 20 Xuân Phước

Chọn lựa ở xã hội bên ngoài sau khi người tù cải tạo được thả ra từ sau những cánh cổng nhà tù đã là một khó khăn huống hồ là những chọn lựa trong tù, nghĩa là trong một môi trường không thể có chọn lựa. Nhưng nếu bảo ở sau cánh cổng nhà tù, người tù không còn lựa chọn nào khác hơn là chấp nhận thì không đúng. Tuy nhiên, sự lựa chọn ấy chắc chắn sẽ là một quyết định khó khăn giữa hai thái độ: hoặc là thà chết để đứng thẳng lưng, hai là cứ cong lưng để sống. Tôi có thể nêu ra một điển hình mà chắc bạn nào từng sống ở cái địa ngục A- 20 Xuân Phước trong thời kỳ từ 1979 đến 1984 chưa quên. Đó là khi trưởng trại giam Thân Yên, người mà hôm "đón tiếp" chúng tôi khi chúng tôi bị giải giao đến trại đã ngồi vỗ tay rất hăng hái khi PĐN, cựu sĩ quan Chính Huấn quân lực VNCH, điều khiển anh em hát ca khúc "Việt Nam Quê Hương Ngạo Nghễ" của Nguyễn Đức Quang, đã ra lệnh thành lập đội Văn Thể, tức Văn Nghệ và Thể Thao tại Phân trại E.

Ban quản trại rất ngạc nhiên khi thấy việc thành lập đội Văn Thể gặp khó khăn vì khi người được giao phó cho đi làm công việc vận động trong khối tù cải tạo ở đây mang cái tên Tây là René không nhận được sự tham gia nào của anh em. Ngay cả chính bản thân người bạn đồng tù này (bị bắt vì tổ chức vượt biển có vũ khí) cũng bày tỏ ngạc nhiên là không hiểu tại sao "quyền lợi" dành cho những tù nhân cải tạo tham gia đội Văn Thể nhiều như vậy mà anh em cứ "lững lờ con cá vàng."

Anh ta đưa ra một danh sách ưu quyền: thăm nuôi không giới hạn, mức ăn từ 18 đến 21 kg thực phẩm, chưa kể "bồi dưỡng" tập luyện. Ở địa ngục trần gian ấy thì quả những điều kiện này là ưu quyền thật, nghe nói mà "phát ham" như lời diễu cợt của anh em đối với miếng mồi ấy.

Cứ thử tưởng tượng một người tù bị "tuyển lựa" lên Thung Lũng Tử Thần, nghĩa là bị đày vào chỗ chết rồi chỉ vì cái đầu "không thể thay đổi được," cứ muốn giữ cho lưng mình thẳng để nhìn thẳng vào kẻ thù mà nay lại lên xếp hàng trên sân khấu của nhà tù, hát những ca khúc như "Bác Cùng Chúng Cháu Hành Quân," "Như Có Bác Hồ Trong Ngày Vui Đại Thắng," "Lá Đỏ," "Trường Sơn Đông, Trường Sơn Tây," "Tiểu Đoàn 307"... thì còn ra cái thể thống gì nữa. Trại A- 20 lúc đó lại có một ca sĩ lừng danh gốc luật sư ở Phủ Thủ Tướng VNCH (KdT). Do cái đầu rỗng tuếch nên René đã rất nhiệt tình "tiến cử" người ca sĩ vốn là thần tượng của tuổi trẻ chúng tôi thời ấy vào ban Văn Thể. Điều này làm ông lo lắng. Ông nói thẳng: "Moa (moi) không thể cúi đầu như thế được, chúng nó muốn giết moi không gươm giáo nên đã tống moa vào Văn Thể." Cuối cùng, sau vài ngày bị biên chế, ông dùng một kế thoát ra khỏi được ban Văn Thể mà chúng tôi gọi là ban "Văn Bựa." Trong những lần tập dượt có mặt viên cán bộ quản giáo, ông cố tình hát "xỉa ngang," hát "hụt hơi."

Một hôm bực quá, viên quản giáo gọi Rene xuống xỉ vả: "Ai bảo anh là anh T. người có giọng ca vàng ở Miền Nam? Hát thế mà cũng hát. Miền Nam các anh thật là..." Hắn bỏ lửng câu nói, nhưng anh T. "bị đuổi" ra khỏi đội Văn Thể và ông thở phào nhẹ nhõm, vui vẻ sống với những gian khổ cùng phần đông anh em đồng tù khác.

Nhưng nói đến KdT thì cũng phải nói đến người tù nhỏ tuổi nhất trại, đó là sinh viên năm thứ nhất của trường Đại Học Văn Khoa, anh VmD. Anh bị bắt vào lúc mới chỉ qua tuổi 19 năm 1976 vì cùng một số sinh viên khác đi rải truyền đơn và lập tòa án xử Hồ Chí Minh về tội phạm chiến tranh. Nhà cầm quyền quân quản đã phải huy động cả tiểu đoàn công an đến vây bắt những thanh niên này ở xóm Củi, Sài Gòn, cuối năm 1976. Chúng tôi gọi VmD là ông cụ non vì anh là người trầm lặng, ít nói. Nhưng qua làn kính cận, đôi mắt VmD sáng rực lên trong những buổi tối hát tù ca bỏ túi trong nhà giam và dường như chỉ những lúc như thế, VmD và PđN mới trở thành cặp bài trùng linh hoạt với trái tim rực lửa.

Tháng Sáu, 1980 ở thung lũng Xuân Phước cũng đã có những trận mưa bất chợt. Hiện tượng thời tiết này làm cho tù nhân lao cải chúng tôi vui. Vui không phải vì những kỷ niệm của quá khứ trở về như lời ca khúc "Mưa Tháng Sáu," mà vui vì rau dại trên các bãi lao động xanh um hứa hẹn cho chúng tôi những gô canh tạp tàng nuốt vào bụng cho đỡ đói.

Bãi lao động của VmD nằm về phía Đông phân trại E, nơi có một đặc điểm là rau dền gai (rau dại) mọc nhiều. Lá dền gai có đặc khi nấu chín cho một chút muối vô ăn ngọt như canh rau dền trồng. Giờ lao động bình thường bao giờ cũng kết thúc trước giờ tập trung điểm số để về trại khoảng 10 phút. Tù nhân cải tạo nào còn nhanh chân, nhanh tay có thể hái một mớ lá dền gai nhét vào lon gô, đổ vào chút nước rồi ném đại vào chỗ than hồng còn lại tại bếp lộ thiên nấu nước sôi cho đội. Lúc xếp hàng để về đội, không biết VmD nói diễu gì đó liên quan đến Hồ Chí Minh, tên vệ binh súng dài cuối hàng la toáng lên: "Anh kia, nói gì đó, nhắc lại xem nào." VmD bình tĩnh nói: "Tôi nói giỡn với các bạn tôi chứ có gì mà cán bộ hô hoán lên như vậy." Hắn lên đạn khẩu súng trường CKC và buộc anh ra khỏi hàng: "Thằng này, mày quì xuống, đ.mẹ nói xấu bác hả." VmD để lon gô rau dền xuống và bước ra khỏi hàng. Anh đứng thẳng và nói: "Tôi yêu cầu cán bộ không mày tao với tôi. Nội qui trại không cho phép cán bộ có những lời lẽ như thế. Tôi không bao giờ quì đâu vì trong đời tôi chỉ có 4 lần quì, trước hết là quì trước bàn thờ gia tiên khi lấy vợ, lần quì thứ hai là trước sân vũ đình trường của một quân trường ngày tôi mãn khóa học trung đội trưởng, lần quì thứ ba và thứ tư là lần quì trước bài vị bố mẹ tôi khi người qua đời. Tôi chưa bao giờ được thực hiện những lần quì đó thì không thể quì gối trước cán bộ. Không hài lòng, cán bộ cứ việc nhốt tôi vào biệt giam hay bắn chết cũng được."

Quản giáo và các vệ binh đều tái mặt và chúng tôi liếc mắt nhìn nhau ngầm bảo: "Nó mà nổ súng chúng ta phải xông vào, bề nào thì cũng có lúc phải ra Đồi Thông thôi." Có lẽ nhìn ra được các cặp mắt của hơn 50 tù nhân của đội lao cải nhìn chòng chòng vào tên vệ binh súng dài, viên quản giáo ra lệnh cho vệ binh: "Đồng chí dẫn đội về trại. Tôi sẽ phạt cả đội chúng nó." Chuyện phạt cả đội đã không diễn ra, nhưng VmD bị trực trại ra lệnh đưa anh vào biệt giam. Trước khi bị đày vào "chuồng cọp," anh đã bị đánh đập khá nặng tại khoảng sân khu biệt giam nằm sau nhà bếp trại. Ba tháng sau, VmD được thả ra khỏi chuồng cọp, phải vịn vào vai anh em trong đội mới đi được. Hai tháng sau đó, đôi chân bị tê cứng vì vòng cùm mới tạm bình phục và VmD vẫn vui vẻ với cái giá phải trả khi muốn gìn giữ nhân cách của mình.

Hình ảnh trên chỉ là vài nét chấm phá minh họa cho những trường hợp mà các bạn đồng tù của tôi phải trải qua như thế nào khi phải lựa chọn. Sự lựa chọn ấy vô cùng khó khăn đặc biệt là trong môi trường mà mạng sống của người tù bị coi như cỏ rác tại các trại lao cải trong rừng sâu núi đỏ vào thời điểm ấy. Chỉ nội một chuyện nhỏ nhặt thôi như việc bị gọi đi thẩm cung, việc lựa chọn một thái độ cũng đã là một núi những khó khăn phải vượt qua trước sức ép của cái bao tử trống rỗng rồi. Độc giả cứ tưởng tượng mà xem, một người tù cải tạo vốn đã đói khát triền miên bốn năm năm trời bị gọi ra thẩm cung bởi những viên chức thẩm cung từ Hà Nội hay Sài Gòn vào thăm trại. Họ lựa những tù cải tạo cứng đầu nhất ra "làm việc." Những viên chức thẩm cung này thường là những người có nghiệp vụ cao, nói năng lịch sự, không đánh đập, nhưng mìn và chông sẽ được rải ra suốt trong bốn năm tiếng đồng hồ nói chuyện. Buổi trưa, họ ra lệnh cho nhà bếp trại mang xuống cho người tù phần ăn hậu hĩnh gồm toàn cơm trắng với một con cá khô nướng. Buổi chiều, trước khi về lại trại, ông ta lại tặng thêm một phần ăn tương tự gọi là "bồi dưỡng," mang về trại. Người tù nào kém suy nghĩ hay yếu bóng vía vì đói hành hạ mà vội nhận mang phần cơm tặng này về trại là rơi ngay vào bẫy của những viên chức thẩm vấn.

Nhưng từ chối là một lựa chọn không dễ dàng. Dù phần đông anh em trong trại luôn thông cảm trong những trường hợp này nếu như người tù mang phần cơm "bồi dưỡng" về trại. Vì, ngày hôm sau chắc chắn họ lựa một tù cải tạo khác ra làm việc và chỉ yêu cầu nhà bếp trại mang phần thực phẩm đã chia cho anh ta ở đội và lúc về trại không được tặng phần cơm "bồi dưỡng." Thế là có tiếng xì xầm ngay. Đầu tiên chỉ trong số vài người, sau đó lan rộng ra thành một vết rạn nứt hoài nghi giữa anh em với nhau, nào là "chắc nó lại khai gì cho anh em mình nên mới được ân huệ như vậy chứ chúng mày thấy không thằng X... phải mang cơm từ đội ra." Không may, những lời nhỏ to ấy đối với với một người tù lại khó gột rửa lắm cho dù người tù đó sau này được thả ra và sống ở xã hội bên ngoài tại Việt Nam hay ở hải ngoại.

Bây giờ, cuộc sống no đủ của nước Mỹ này có thể làm cho các người ta nghĩ rằng đã là tù chính trị thì phải nghĩ đến những điều to tát hơn chứ sao lại cứ phải đối phó với điều lặt vặt như vậy. Điều này, về lý thuyết không sai, nhưng xa rời thực tế khiến cho những tranh cãi về điều này sẽ bất tận. Chỉ có những ai từng trải qua một giai đoạn ăn đói, làm việc khổ sai, đau yếu không có thuốc chữa trị, cảm thấy rõ sự bất lực của mình sau những cánh cửa nhà tù cộng sản thì mới có thể hiểu tại sao sự lựa chọn để giữ nhân cách, không đầu hàng đói khổ và sự hành hạ của kẻ thù là sự lựa chọn khó khăn giữa cái sống theo bản năng và cái sống thanh sạch không sợ hãi. Tự tranh đấu với bản thân mình và sự giữ danh dự cho tập thể tù cải tạo trong bối cảnh ấy rất quan trọng, không phải là chuyện lặt vặt. Người bạn tù là nhạc sĩ VtA cho tới bây giờ đã đi tu rồi mà lâu lâu vẫn còn phải đối phó với những cáo buộc về nhân cách, về danh dự trong trại giam đã là một điển hình cho thấy tự buông thả mình trong đời sống tù đày có nhiều phần trăm sẽ tạo ra hậu quả lâu dài.

Khi nêu ra những điểm này, tôi muốn nhấn mạnh, dù ở thời điểm nào, chính sách "xuyên suốt" của người cộng sản về chế độ lao tù là điều có thể giải thích được. Mục tiêu chính nhất của chế độ này là câu thúc và gây chia rẽ để trị khối người còn khả năng gây chống đối khi họ được thả ra ngoài xã hội. Đường lối tốt nhất để thi hành chính sách này là kiểm soát bao tử rồi thỉnh thoảng châm vào trong đời sống tù nhân những sự kiện để sự hoài nghi lẫn nhau trở thành một phản ứng quen thuộc. Không có sự phấn đấu, không có sự suy nghĩ sáng suốt, một người tù cải tạo rất dễ đi vào con đường cụt và bế tắc, rồi đến một lúc nào đó sẽ hành động như người bị tẩy não. Những lần quản giáo buộc các đội trưởng phải sinh hoạt đội vào lúc 8 giờ tối, nhiều khi chỉ là kiểm điểm mức chỉ tiêu hay là đọc tờ Nhân Dân hoặc Quân Đội Nhân Dân rồi phê và tự phê về lòng nhiệt thành lao động, tôn trọng điều lệ Nếp Sống Văn Hóa Mới. Mặc dù chỉ là "ngồi đồng cho qua chuyện," nhưng điều làm tôi ngạc nhiên là một số rất nhỏ anh em trong đội cũng nói và phê bình nhau rất hăng hái, dù nguyên do chẳng phải nhiệt thành trong phê và tự phê nhưng là do không hài lòng nhau về một điều gì đó riêng tư trong đời sống hàng ngày. Những từ ngữ chính trị dao to búa lớn dùng với nhau trong rất nhiều trường hợp đã trở thành nguyên nhân dẫn đến đổ vỡ tình đồng đội trong tù. Một số anh em lo ngại là tình hình này sẽ dẫn đến việc sinh hoạt của tù nhân chính trị mà giống y như sinh hoạt của cán bộ và vệ binh vì cũng tố cáo, cũng nâng quan điểm, thậm chí mạt sát nhau. Họ tìm đến tôi và đề nghị cùng nhau thực hiện một thư luân lưu bí mật trong trại giam để có thể đưa ra những lời kêu gọi đoàn kết rộng rãi hơn. Tại sao lại phải nhiêu khê đến như vậy?

Thực ra, có nhiều nguyên nhân để giải thích. Trước hết, trước làm chuyện này cần phải tìm hiểu một cách thực tế anh em trong trại đa số có muốn chấp nhận hy sinh ngay khi họ chỉ là người đọc hay không. Thứ đến, phương tiện để thực hiện, giấy bút. Thứ ba, những người cộng tác để thay phiên nhau viết thư và làm cách nào để chuyển cho anh em đọc. Sau nhiều lần gặp gỡ, chúng tôi đồng ý đi xa hơn nhiều. Đó là thay vì ra một lá thư, chúng tôi thực hiện một tờ báo khổ nhỏ, chỉ có một bản viết tay, lấy tên là tờ "Hợp Đoàn" sau nhiều tên khác được đề nghị. Hợp Đoàn là tờ báo chỉ có 16 trang, khổ bằng nửa tập vở học trò, chỉ có một bản viết tay, nhưng tất cả những anh em tham dự phải đổ ra nhiều công sức trong hoàn của một trại tù mạng lưới an ninh dày đặc và nếu bị khám phá chúng tôi chắc chắn sẽ bị choàng lên vai thêm cái án chung thân.

Hợp Đoàn: Bài Tập Hoạt Động Bí Mật

Tình thực mà nói, khi quyết định ra tờ Hợp Đoàn trong một trại giam như A- 20, tôi lo nghĩ rất nhiều. Mức căng thẳng được biểu lộ qua việc có ngày dù đói như thế, không thể nào nhá hết mấy lát khoai mì khô vào buổi trưa và buổi chiều, thay vào đó uống bao nhiêu nước cũng vẫn khát. Ngọc "đen," người điều hành nhóm nhận ra hiện tượng hơi bất thường về sức khỏe của tôi. Anh lặng lẽ đi tham khảo với bác sĩ Lạc, một người tù chính trị án chung thân, giảm xuống còn 20 năm. Lúc đó ông Lạc đang lao động ở đội tù chính trị bên có án, nhưng cũng được biên chế lên bệnh xá. Ông khuyên là phải khai cháo, cố gắng tập thể dục hay có thể thì ngồi thiền. Ngọc "đen" thông đạt lời khuyên và tôi thực hiện ngay. Tôi bớt căng thẳng, ngủ được nhiều hơn nhưng vẫn không thể quá 5 tiếng một đêm.

Trong thâm tâm, tôi hiểu tại sao tôi lo lắng về giai đoạn chuẩn bị tờ Hợp Đoàn như vậy. Không phải là tôi lo sợ cho bản thân mình vì trước khi được giải giao từ khu biệt giam ED nhà tù Chí Hòa lên trại lao cải Hàm Tân, tôi đã tự chọn cho mình một số phận u ám rồi. Tôi còn nhớ rõ buổi hoàng hôn ngày 16 tháng Tám, 1975, khi mặt trời đỏ lừ đang từ từ rơi xuống phía sau hàng cây trên bờ sông La Ngà, toán chúng tôi gồm tôi, Cự, Phụ, Khải, Thuật và một số khoảng 20 người khác đã rơi ngay vào tay một cánh quân mà sau này chúng tôi biết là của Quân Khu 7 Việt Cộng khi vừa đến một điểm hẹn tập trung gần bờ sông. Hầu hết những người bị bắt đều là sĩ quan, công chức, cảnh sát VNCH khước từ lệnh trình diện để lựa chọn một con đường khác: đi tìm bóng dáng của các nhóm tàn quân VNCH mà chúng tôi được mật báo một cách sai lạc bởi chính bọn quân báo Việt Cộng qua trung gian gồm chính một số cựu sĩ quan, viên chức VNCH cộng tác với họ.

Giận dữ, nôn nóng, vội vã và cả tin đã khiến chúng tôi bị sập bẫy như những đứa con nít. Và khi vào nằm trong gông cùm rồi, chúng tôi chỉ còn biết tự an ủi: bản thông báo của Ủy Ban Quân Quản ra lệnh cho các sĩ quan, viên chức chỉ huy trong chính phủ VNCH, thành viên trong các chính đảng ở Miền Nam Việt Nam phải trình diện và mang theo lương thực đủ 10 ngày để đi "học tập cải tạo" không đánh lừa được chúng tôi, dù cái giá chúng tôi phải trả cho sự tỉnh táo ấy rất đắt.

Khi ánh hoàng hôn nhanh chóng lướt nhẹ trên mặt nước con sông La Ngà rồi tắt ngấm và màu tím của rừng chiều trùm phủ xuống cảnh vật, chúng tôi bị đánh đòn hội chợ khá nặng bằng báng súng, rồi bị dẫn xuống sát bờ sông. Bọn cán binh Việt Cộng lên đạn xoành xoạch, nhưng tôi hiểu rằng họ sẽ không nổ súng. Bởi vì nếu muốn họ đã nổ súng từ lúc hô hoán rầm rĩ khi bao vây chúng tôi rồi. Máu ở trong miệng tôi tiếp tục chảy xuống làm ướt ngực bộ bà ba đen đang mặc.

Khi bóng tối choàng lên cảnh vật một màu đen thẫm, toán y tế của đơn vị Việt Cộng mới soi đèn pin để băng bó cho chúng tôi, đồng thời trói những người bị bắt thành một xâu giống y như ngày trước tôi chứng kiến những tù binh Việt Cộng bị bắt trên chiến trường miền Nam và bị xỏ xâu đưa lên trực thăng Chinook. Sau này, tôi mới được biết là trong cuộc hành quân vào ngày 16 tháng Tám, 1975, lực lượng hành quân thuộc Quân Khu 7 đã bắt khoảng 1,500 người mà họ gọi là thuộc lực lượng tàn quân "ngụy" trốn trình diện cải tạo. Gia đình Bác Sĩ Phan Huy Quát, cựu thủ tướng VNCH, cựu chủ tịch Liên Minh Á Châu Chống Cộng chi hội Việt Nam cũng nằm trong số những người bị bắt.

(Chú thích: Mấy năm sau, cựu Thủ Tướng Phan Huy Quát qua đời vì bệnh gan tại nhà tù Chí Hòa. Chí Hòa vào thời gian đó có khá nhiều tên tuổi lớn của cả hai nền Đệ Nhất và Đệ Nhị Cộng Hòa của Việt Nam và Cambodia: hai cựu chủ tịch Quốc

Hội thời Ngô Đình Diệm là các ông Trương Vĩnh Lễ và Phạm Văn Nhu, cựu Thủ Tướng VNCH Phan Huy Quát và cựu thủ tướng Cambodia là ông Sơn Ngọc Thành. Ông Sơn Ngọc Thành cũng chết tại nhà tù Chí Hòa do biến chứng của bệnh ghẻ, ứng cử viên tổng thống VNCH Nguyễn Đình Quát và đặc biệt nhà thơ Vũ Hoàng Chương, ông Lương Trọng Tường, nhà lãnh đạo tổ đình Hòa Hảo, và ông Phan Bá Cầm, Chủ tịch Lực Lượng Dân Xã Đảng, Linh Mục Hoàng Quỳnh, Linh Mục Trần Hữu Thanh, người lãnh đạo phong trào chống tham nhũng của chính quyền Tổng Thống Nguyễn Văn Thiệu, ông Nguyễn Phan, chủ tịch và tổng giám đốc công ty bột giặt NET).

Những thất bại nói trên khiến cho mãi đến sau này, tôi luôn đặt ra những câu hỏi trước bất cứ một hoạt động chống Cộng nào được nói đến trong suốt thời gian 4 năm ở trong nước sau khi được thả ra khỏi nhà tù vào năm 1988 và trước khi được tái định cư ở Hoa Kỳ. Và cũng chính từ thất bại trên, khi quyết định làm báo chui trong trại giam, tôi luôn đắn đo trước khi bước chân vào con đường khó lượng trước được sự thành công hay thất bại. Các khó khăn mà tôi phải giải quyết trước nhất là giấy, bút. Không như những trại khác, ở A- 20 Xuân Phước không một tù cải tạo nào được mang giấy bút viết thư vào trong trại giam. Nếu gia đình không biết và lỡ gởi giấy bút trong giỏ quà thăm nuôi hay trong những gói quà gởi bằng bưu điện, chúng sẽ bị tịch thu. Trại giữ lại và chỉ phát giấy bút cho tù nhân cải tạo viết thư về cho gia đình trong thời hạn được ấn định 3 ngày đầu tháng. Sau đó họ thu lại. Lý do của việc làm này của ban quản trại chỉ nhằm chặn đứng việc tù nhân cải tạo gởi thư chui cho gia đình khi có dịp tiếp xúc với dân chúng vùng kinh tế mới ở gần trại. Từ ngày tôi bị chuyển lên Xuân Phước, đã có ít nhất hơn một chục vụ gởi thư chui bị phát giác và các tù nhân cải tạo tác giả những bức thư ấy thường bị nâng quan điểm và bị trừng phạt từ 6 đến 8 tháng trong chuồng cọp, cùm một chân. Thực tế, nội dung của thư chui cũng chỉ là những thư khẩn cấp, tù nhân thường viết bằng bạch văn hỏi thăm tình hình gia đình liên quan đến những vấn đề sau đây: vợ con vượt biên có đi thoát không hay lại bị lừa, tình hình kinh tế, chính trị và xã hội, nhất là hỏi thăm đến một kế hoạch của Hoa Kỳ "đổ bộ đánh tháo tù cải tạo," vốn là một "hot news" giàu trí tưởng tượng nhưng lại nghèo nàn về sự hiểu biết của những tác giả chế biến ra chúng. Nhưng lạ một điều là phần đông tù cải tạo cũng vẫn tin vào điều hoang tưởng đó để nuôi hy vọng sống qua ngày.

Như vậy, để tránh nghi ngờ và những đôi mắt dòm ngó của đám ăng-ten khá lộ liễu trong nhà giam, bằng mọi giá phải thực hiện xong tờ báo trong 3 ngày tù nhân cải tạo được phép viết thư. Điều này cũng đúng thôi vì những ngày không phải là ngày tù được phép mà lại cứ lúi húi trên giấy thì đúng là lạy ông tôi ở bụi này. Thời lượng của việc phải hoàn tất tờ báo trong 3 đêm đòi hỏi những điều kiện khác: bài vở phải ngắn, mỗi bài như vậy không quá hai trang, khổ một nửa trang tập vở học trò. Viết ngắn không bao giờ là việc dễ dàng, hơn nữa những người cộng tác trong nhóm chưa một lần nào được huấn luyện viết ngắn. Ngoài ra, đã gọi là những trang báo thì không thể viết bừa bãi gạch xóa lung tung được. Như vậy vấn đề cấp bách là tìm ra người chỉ chuyên viết lại tất cả những bài tôi đã sửa chữa, cắt xén cho vừa khổ báo. Vấn đề nhức đầu thứ hai mà tôi phải giải quyết là khi viết tất cả những bài đóng góp xong rồi phải nghĩ đến chuyện đóng thành tập và bên ngoài phải có một cái bìa bằng một loại giấy phải hơi cứng. Nhưng đóng thành tờ báo là điều dễ làm cho bọn ăng ten chú ý nhất. Tôi không sợ những tên ăng- ten lộ liễu mà sợ những tên ăng- ten ngầm mà mình không biết hay không định được vị trí của họ. Suy đi nghĩ lại, tôi thấy chỉ còn một lựa chọn: lén lút huấn luyện cho từng cá nhân chịu cộng tác để xây dựng tờ Hợp Đoàn. Tôi nói thẳng với họ, hãy coi công việc này là một cuộc vui đắt giá và là một lớp huấn luyện có thực tập hoạt động bí mật ngay trong lòng địch để khi về nếu có cơ hội có thể làm một tờ tương tự chuyển ra nước ngoài.

Cũng may là trong nhóm của tôi chỉ có một vài người cần ý niệm viết sao cho ngắn gọn để đỡ công những người phải viết lại sau khi bài được sửa chữa.

Vấn đề thứ hai làm tôi suy nghĩ nhiều, là an ninh cho nhóm. Làm cách nào để ngăn bớt thiệt hại cho anh em cộng tác với mình khi kế hoạch bị phát giác. Đây là một vấn đề phức tạp và tế nhị. Các nhà giam trong các trại tù cộng sản nào cũng có những chỉ điểm viên mà chúng tôi gọi là cần ăng- ten nổi, cũng như ngầm. Nhưng khi phát giác ra họ và trừng trị là bứt dây động rừng, cho nên cần tránh tối đa việc đụng chạm. Tốt nhất là cần phải lựa chọn trong nhóm những người cần hy sinh khi bị đánh đau đứng ra nhận lãnh trách nhiệm dù có thể là cái chết và dĩ nhiên, những đầu tàu cần phải làm gương xung phong ghi tên trước. Cho nên, ở trong trại giam cộng sản, muốn đấu tranh cái gì cũng cần phải biết và sẵn sàng trả cái giá của người làm đầu tàu trong các hoạt động bí mật khi bị địch phát giác.

'Chuồng Cọp' ở A- 20 Xuân Phước

Nếu tôi nhớ không lầm, trước ngày 30 tháng Tư, 1981, ban quản trại mở cuộc tổng kiểm tra tư trang của tù cải tạo, từ các tù nhân diện tập trung cải tạo cho đến diện tù chính trị có án. Lý "lé," cán bộ an ninh trại đã huy động tù hình sự trong đội lao cải "diện rộng," các quản giáo và vệ binh súng dài khám tư trang tù cải tạo kéo dài từ 10 giờ sáng đến 6 giờ chiều mới kết thúc. Điều này có nghĩa là, "tài sản" của tù cải tạo bị tịch thu sạch sẽ từ mì gói, cơm khô, cám rang trộn gừng, những viên thuốc chống phù thũng B- 1,... nghĩa là mọi tù nhân cải tạo đều … sạch bách!

Sự căng thẳng của tôi giảm xuống sau khi T.B.N., mà anh em chúng tôi quen gọi thân mật là Ng. "đen," thông báo là anh đã tìm kiếm được phương tiện để thực hiện tờ báo. Việc tìm kiếm những phương tiện và vật liệu để tờ Hợp Đoàn có thể ra đời đúng kế hoạch cũng là một câu chuyện dài và ngay cả bản thân tôi cho tới nay cũng không thể tưởng tượng rằng nhóm chủ trương chúng tôi lại có thể hoạt động được một cách suôn sẻ trong hoàn cảnh những năm đầu thập niên 80 tại cái thung lũng đày ải con người ấy.

Cùng với T.D.S., một luật sư nổi tiếng trong luật sư đoàn miền Trung, N.C.T., viên chức cao cấp trong chính quyền VNCH, tốt nghiệp học viện Quốc Gia Hành Chánh, T.B.N. và H. "bầu" các cựu sĩ quan biệt kích và thiết giáp phụ trách an ninh và lưu chuyển tờ báo, H. "cà" cựu sĩ quan bộ binh tác chiến, nhưng có tài đàn hát, vẽ minh họa lẫn hí họa, và P.Đ.N. cựu sĩ quan chính huấn với những vần thơ rực lửa... tôi có may mắn được anh em giao quyền điều hành được 5 số báo Hợp Đoàn, trong đó có một số kỷ niệm ngày Quân Lực 19- 6 và một số tưởng niệm 30- 4 trước khi bị biệt giam dài hạn.

Chỉ có bấy nhiêu người, nhưng chúng tôi đã vượt qua bao nhiêu khó khăn để hoàn thành êm thắm mục tiêu do chính chúng tôi đặt ra. Mãi cho đến sau này, tôi vẫn nghĩ rằng sự đoàn kết và sẵn sàng hy sinh cho lý tưởng chính là nguyên nhân của những thành tựu này.

Mấy tháng sau khi tôi bị đưa vào "chuồng cọp," Ng. "đen" là người thay thế tôi trông nom tờ báo. Nhưng anh chỉ cho ra được số thứ 6 với sự cộng tác bài vở của một nhà báo mà trước 30 tháng Tư, 1975 là biên tập viên của tờ Saigon Post, một trong hai tờ báo viết bằng Anh ngữ ấn hành tại Sài Gòn. Nhà báo vừa nói vốn là con trai của một sử gia viết quân sử nổi tiếng trong quân đội VNCH. Dù chỉ là sĩ quan cấp úy, anh đã phải bóc tới hơn 10 cuốn lịch sau những cánh cổng nhà tù cộng sản vì tham gia vào cuộc nổi loạn tại trại tập trung Suối Máu đêm Noel 1978.

Sau khi xảy ra vài vụ trốn trại, tù cải tạo lãng công để phản đối chế độ lao tù, viết khẩu hiệu chống Cộng trong nhà giam, những đêm tù ca bỏ túi bị ăng ten báo cáo... dường như ban quản trại đã gia tăng mức khủng bố. Nhiều tù cải tạo bị gọi đi "làm việc" và sau đó bị đưa vào cùm tại khu biệt giam Phân trại B của A- 20, tức là trại trong cách Phân trại E khoảng 5 cây số. Nhưng họ không đụng tới tôi và những anh em trong nhóm Hợp Đoàn. Ngọc "đen" khuyến cáo tôi rằng cần phải lưu ý đến sự yên tĩnh kỳ lạ này và đề phòng bằng cách chuyển hết tài liệu và vật liệu trong chiếc ba lô hai đáy của tôi đến một chỗ giấu an toàn mà chỉ anh biết. "Đen" bảo tôi là phải nằm im, "không nên nhúc nhích." Anh còn cẩn thận may một lớp poncho trong chiếc áo trận đã rách, vá chằnvá đụp và buộc tôi phải luôn mặc nó dù trời nóng. Ng "đen" nói với tôi: "Alpha (danh hiệu anh em dùng để gọi tôi một cách thân mật) cẩn thận. Tụi tôi "clear" hết rồi vì cảm thấy lần này chúng muốn đưa Alpha vào biệt giam luôn. Thằng Lý 'lé' vẫn nghi anh là một cái đầu máy xe lửa trong trại này. Anh thấy không, gần đây hắn kêu tất cả những người hắn nghi ngờ đi làm việc liên tiếp để lượng định và có thể nó đã nghĩ tốt hơn hết là đem cất cái đầu máy đi là yên chuyện."

Dù chỉ là một quân nhân tác chiến, cái nhìn của T.B.N. tương đối bao quát và sâu sắc. Quảng giao, giang hồ và chơi với tất cả những thành phần trong trại giam, anh giúp tôi nhiều ý kiến để vượt qua được những khó khăn trong mọi hoạt động bí mật tại trại giam. "Đen" không bao giờ ra mặt đối đầu với một số ít thành phần phản bội anh em. Anh thường nói với tôi: "Chửi bới, nói móc, xỏ xiên đối với tụi nó không ăn thua. Trong hoàn cảnh ai trong chúng ta cũng đói khổ cả, chúng ta phải coi lại dư luận đồn đại. Nghe thì nghe nhưng đừng vội kết luận người này làm ăng ten, người kia làm mật báo. Nên kiên nhẫn chờ đợi cho tới khi nắm vững bằng chứng là phải ra tay cảnh cáo ngay cho chừa cái tật bếp xếp với chèo." (Chèo cũng là cách gọi mỉa mai chúng tôi dùng để chỉ công an trại giam).

Từ ngày vào trại cải tạo lúc tóc còn xanh cho đến khi ra tù tóc đã muối tiêu, tôi không hề coi những thành phần phản bội này có ảnh hưởng gì đến đời tù của mình. Bởi vì tôi nghiệm ra một điều: họ làm ăng ten, mật báo với an ninh trại cũng chỉ vì đói nên cần miếng ăn chứ trong thâm tâm tôi không tin rằng họ thực tâm cộng tác với kẻ thù. Cho nên, những ai không sợ hãi e dè quá đáng vì bị cúp thăm gặp gia đình hoặc sẵn sàng chấp nhận vào cùm trong chuồng cọp thì những phần tử này lùi bước ngay và ít khi muốn đụng độ.

Trong thời gian bị "gởi" lên A- 20, bọn quản trại cũng vẫn xen lẫn vào hàng ngũ chúng tôi những thành phần mà anh em gọi là "đầu gà, đít vịt," nghĩa là tù chính trị không ra chính trị, hình sự cũng chẳng ra hình sự. Những thành phần này được trại giam cài vào cũng chỉ với mục đích quấy nhiễu chúng tôi mà thôi. Điển hình nhất là P.V.Đ. và T.T.V. Một người, P.V.Đ., là lính quân dịch với cấp bậc binh nhì trước 30 tháng Tư, 1975, phạm tội hình sự bị đưa vào quân lao Gò Vấp chờ ngày ra tòa án quân sự. Khi anh ta được đưa vào ở chung với thành phần cựu sĩ quan cải tạo, không ai là không nhìn ra vai trò của anh ta. Còn người kia, khi vào trại khai là "thiếu tá tình báo VNCH," nhưng khi hỏi thăm đến đơn vị mà anh ta từng phục vụ thì T.T.V. nói đến toàn những đơn vị được tác giả Bùi Anh Tuấn viết trong bộ truyện Z- 28, một bộ truyện tình báo nhiều tập rất ăn khách vào thập niên 70 ở Sài Gòn.

Điểm đặc biệt ở hai nhân vật này là tư cách của họ rất thấp, nhưng trò "thưa gởi" với cán bộ an ninh và dùng những buổi bị gọi đi làm việc để dọa nạt những tù cải tạo tuy yếu bóng vía nhưng nhiều quà thăm nuôi thì thật là "tuyệt chiêu." Chẳng hạn, thường kỳ hàng tháng họ phải làm việc với cán bộ an ninh trại để khai báo những khả nghi trong nhà giam. Nhưng khi đi làm việc về thì họ tung hỏa mù, nào là cán bộ có hỏi đến người này, người kia trong nhà giam. Vài hôm sau, chúng lân la đến những người bị chúng nhắc tên để xin một vài món gì đó, nhiều khi là một gói mì ăn liền, có khi là một ít cơm sấy hay miếng cá khô. Tôi nghiệm thấy là P.V.Đ. và T.T.V. thành công trong chuyện đi vay không bao giờ trả này. Ít khi nào mà họ về chỗ nằm mà trên tay không có một món nào đó xin của những người đồng cảnh vốn không bao giờ muốn bị lôi thôi với những con chiên ghẻ này. Biết thế cho nên T.T.V. và P.V.Đ. chỉ nhắm vào một số tu sĩ, những tù chính trị già cả, một vài ông cựu dân biểu VNCH và nhất là một vài bạn đồng tù vốn đã nhát nhưng lại cứ hay "bô lô ba loa" cái miệng. Chúng kỵ nhất là đụng độ với những cựu sĩ quan trẻ tuổi hay những người coi việc vào nằm chuồng cọp chỉ là một giấc ngủ trưa. Bởi vì chúng biết đụng độ với những đối tượng này không những không được gì mà có khi còn mang đầu máu lúc đêm hôm tối lửa tắt đèn, nếu muốn nói theo cách trừng trị giang hồ trong nhà tù cải tạo của Cộng Sản.

Tôi muốn nhắc lại những sự việc này trong hồi ức của mình cũng chỉ với mục đích để cho giới trẻ đang tranh đấu cho tự do dân chủ và nhân quyền ở Việt Nam nhìn lại và làm sạch hàng ngũ của mình, nhìn lại cơ cấu tổ chức của mình và phải nên đặt câu hỏi: hoạt động tự phát liệu có thể tránh được những cái bẫy do guồng máy an ninh của nhà cầm quyền không?

Nếu các bạn nói tránh được thì tôi rất phục, bởi vì như thế là hoạt động của cả một guồng máy an ninh của cộng sản không làm gì được các bạn. Nhưng có những thực tế diễn ra trước mắt các bạn mà chưa có câu trả lời: đó là các bạn trẻ bí mật hội thảo trong một lớp dạy Anh văn trong ngõ hẻm ở Hà Nội, nhưng khi các bạn ấy mới bước vào lớp thì bọn công an đã ập vào đánh cho một trận tơi bời rồi ném lên xe bus chở đi. Hãy nhìn vào thực tế này để rút ra một bài học, trừ khi các bạn trẻ này chỉ chơi bạo lấy tiếng thì không kể.

Buổi sáng cuối tháng Tư, 1981, phân trại E của nhà tù A- 20 vẫn còn ướt đẫm hơi nước của những cơn mưa nhỏ trải lên thung lũng Xuân Phước đêm hôm trước. Lãnh phần khoai mì lát xong, tôi đem để lên bệ nằm, định ra ngoài tập thể dục một chút rồi vào nhà giam ăn sáng để chờ đi lao động thì trật tự Của bước vào cổng nhà giam. Nhìn qua song sắt của khung cửa sổ rộng, tôi thấy tên trưởng ban trật tự này (vốn là một thượng úy công an biên phòng bị án tử hình sau giảm xuống còn chung thân vì tội giết 12 người Cambodia để cướp vàng) có vẻ nghiêm trọng. Hắn bước vào phòng và gọi tên T.D.S. và tôi rồi bảo cả hai chúng tôi phải ở nhà không đi lao động để ra làm việc với cán bộ. Khi Của vừa quay lưng thì "Đen" vơ lấy cái áo trận may nhiều lớp ném cho tôi và nói: "Cởi áo kia ra ngay, mặc cái áo dày này vào. Anh mặc hai áo, chúng lột cái áo dày ra thì hỏng việc. Thuốc B- 1 ở trong các đường vá sau lưng. H. "bầu" đang clear ba lô của anh, thế nào lát nữa anh đi làm việc thẳng Của sẽ leo lên sàn trên khám xét."

Nhưng không hiểu sao vào lúc đó tôi bình tĩnh một cách lạ thường, có thể là do tôi hiểu một cách chắc chắn đây là buổi sáng cuối cùng tôi còn nhìn thấy các bạn tù trong nhà giam chung. Có thể vài giờ nữa tôi đã phải giam mình lâu dài trong cái căn phòng bê tông kín mít rộng 2 thước, dài 3 thước, cao 5 thước chỉ có một lỗ nhỏ vông mỗi bề 5 phân để thở. Tôi nói nói với Ng. "đen," người lính từng sát cánh với tôi trong tù cải tạo nhiều năm rằng hãy cho "đông lạnh" tất cả mọi thứ và "nếu có chuyện gì xảy ra thì chỉ có S. và tôi chịu mà thôi, theo đúng kỷ luật của nhóm."

Khi tất cả các đội xuất trại lao động thì Lý "lé" tay cầm một hồ sơ bước vào nhà kêu tên tôi và trật tự Của kè tôi ra khỏi cổng trại tiến về phía một văn phòng nhỏ nằm cách cổng trại không xa lắm. Tôi đã nhiều lần bị thẩm cung trong văn phòng này, nhưng buổi sáng đó là lần đầu tiên cái vẻ lạnh lẽo đặc biệt của nó làm tôi chú ý. Bộ đồ trà gồm có 4 cái tách bằng gốm thô, một bình tích trà nóng ủ trong một vỏ dừa ngả mầu nâu, một chiếc gạt tàn thuốc lá, bao thuốc thơm Thăng Long vẫn còn nguyên cái bao bì bằng giấy xám chỉ giúp làm tăng cái vẻ đe dọa đối với người bị thẩm cung thay vì tất cả những vật dụng này lẽ ra đã phải làm tròn nhiệm vụ của chúng là giúp cho cuộc gặp gỡ thêm đậm đà. Mãi cho đến lúc Lý "lé" rút trong túi ra một tờ giấy, đọc "Lệnh Bắt," tôi mới chú ý tới khẩu K- 59 anh ta mang bên hông và chiếc nón kết có cái vành rộng tụt xuống sát mang tai. Tôi rủa thầm: "Mẹ kiếp... còn bày đặt lệnh bắt với chả lệnh tha. Bố mày đây đã tù 6 năm rồi, chúng mày có đọc vài cái lệnh bắt cũng chẳng ăn nhằm gì." Lý "lé" ra lệnh cho tôi ngồi xuống chiếc ghế trước bàn làm việc. Anh ta cầm bao thuốc lá lên rút ra một điếu đưa cho tôi, nhưng tôi nói: "Tôi không hút thuốc lá, chỉ hút thuốc lào." Lý gọi trật tự Của đang đứng ngoài trước hàng hiên của văn phòng: "Đi lấy cho anh ấy cái điếu cày và thuốc." Sự màu mè lộ liễu và nham hiểm của Lý "lé" tôi cũng đã quen nên tôi "đổ bựa" hỏi người thẩm vấn: "Cán bộ kêu tôi ra đây có chuyện gì, không lẽ chỉ ngồi uống nước trà và hút thuốc." Lý "lé" cười khảy: "Lát nữa anh sẽ biết, bây giờ uống nước trà và hút thuốc đi cho bớt căng cái đã."

6 Lát Khoai 'Cõng' 300 Hạt Cơm

Không phải nước trà và điếu thuốc lào làm cho không khí buổi làm việc sáng hôm đó bớt căng, mà nó bớt căng bởi thực sự chẳng có gì là căng thẳng đối với chúng tôi khi một bên (Lý "lé") đã đọc lệnh bắt, có nghĩa là dù cuộc thẩm vấn diễn ra chiều hướng nào thì tôi cũng phải vô "chuồng cọp," còn một bên (là tôi) đã chuẩn bị ngày vào "chuồng cọp" lâu dài thì làm gì còn chuyện để mà e dè, để mà căng thẳng nữa. Những câu hỏi của Lý "lé" đưa ra cho thấy hắn chưa biết gì về tờ Hợp Đoàn. Toàn chuyện lẩm cẩm đại loại như tôi thường liên hệ, nói chuyện bàn tán với người này trong đội, người kia ngoài đội và nội dung những câu chuyện nói với nhau. Cuối cùng, Lý "lé" hỏi: "Anh biết anh tội gì không?" Tôi hỏi lại: "Tội gì thưa cán bộ?" Lý "lé": "Tội gì thì anh phải tự biết. Trại quyết định đưa anh vào phòng kỷ luật để suy nghĩ về tội của anh." Cuộc thẩm vấn kết thúc trong vòng 15 phút, cuộc thẩm vấn ngắn nhất trong số vài chục lần tôi bị thẩm vấn, nhất là tôi lại không bị buộc phải viết kiểm điểm như mọi lần. Trật tự Của dẫn tôi từ phòng thẩm vấn vào thẳng khu chuồng cọp.

Khu chuồng cọp này nằm ngay sau nhà bếp trại. Những chuồng cọp này không giống như chuồng cọp mà người ta từng nhìn thấy trong phim "Cầu Sông Kwai" mà quân Nhật dùng để nhốt viên đại tá trưởng toán tù binh Anh tại Miến Điện hồi Đệ Nhị Thế Chiến. Chuồng cọp ở đây cũng không giống chuồng cọp ở trại tù binh Côn Sơn của VNCH (người Pháp gọi là trại tù Côn Đảo do chính họ thiết lập để nhốt tù binh Việt Minh) mà ký giả Don Luce đã mô tả trong loạt bài sau những lần ông ta viếng thăm Việt Nam hồi giữa thập niên 60 và đầu thập niên 70. Cái bề ngoài của khu chuồng cọp Phân trại E trại tù A- 20 Xuân Phước có thể đánh lừa người ngoài về những gì xảy ra bên trong. Nó tọa lạc ngay dưới một rặng dừa xanh tốt, bên cạnh một ao cá có mấy gốc mít đã có trái và vườn rau cải bẹ xanh mượt mà nhờ phân tươi của tù nhân cải tạo.

Có tất cả 10 "chuồng" đếm từ ngoài cổng vào, được đánh số từ 1 đến 10. Khu chuồng cọp bị cô lập bởi một bức tường trên có trải những cuộn thép gai. Mỗi một chuồng như vậy có kích thước tiêu chuẩn: rộng 2.50 thước, sâu 3 thước và cao 5 thước, tất cả đều được xây dựng bằng bê tông cốt sắt dày 10 phân, mỗi một chuồng có một cánh cửa bằng gỗ căm- xe (loại gỗ rất cứng như lim, bào loạng quạng là mẻ lưỡi bào) dày 5 phân, chỉ có một lỗ thông hơi mà chúng tôi gọi là cửa tò vò hay cửa gió vuông vức mỗi chiều 5 phân. Kích thước này chỉ là ước lượng thôi chứ không phải là con số chính xác. Xà lim có hai bệ nằm, mỗi bệ có hai hệ thống của một bộ cùm mà tôi đã có dịp trình bày ở phần trên.

Mỗi "chuồng" như vậy không có hệ thống tiểu tiện. Tất cả việc đưa các chất thải ra ngoài đều tùy thuộc vào một cái thùng nhỏ dung tích khoảng 2 gallons. Việc cho phép tù cải tạo trong chuồng cọp xách thùng tiểu tiện ra ngoài đổ trên những luống cải của vườn rau cải ngay sau lưng khu chuồng cọp cũng "mưa nắng bất thường" lắm. Tất cả tùy thuộc vào viên cán bộ trực trại, một chức vụ gần như là đại diện của trại trưởng để điều hành công việc hàng ngày của trại giam. Chỉ có cán bộ trực trại mới được quyền mở cửa các chuồng cọp để phát thực phẩm và nước uống cho những tù cải tạo bị biệt giam. Ngay cả cán bộ an ninh của phân trại E cũng như tất cả những cán bộ khác, kể cả chính ủy, cũng không được quyền và không có chìa khóa để vào khu chuồng cọp này. Muốn lấy tù nhân ra làm việc, tất cả phải qua viên cán bộ trực trại.

Vì thế, nếu vui thì có thể trực trại cho đổ thùng cầu tuần một lần, buồn buồn có khi một tháng mới cho đổ, và tù nhân trong chuồng cọp nào đang ở trong tình trạng bị ép cung thì có khi nửa năm mới được đem cái thùng nhỏ lúc đó đã đầy dòi bọ ra ngoài vườn rau. Quí độc giả có thể sẽ không tưởng tượng ra nổi cảnh trong suốt 5 năm trong chuồng cọp ở Phân trại E của trại A- 20 Xuân Phước tôi chỉ được ra cái giếng bên cạnh ao cá tắm có 3 lần, mỗi lần chỉ được giội nước khoảng 5 phút, không kịp kỳ cọ gì cả, cứ cái quần đùi ướt sũng nước ở trần, thân thể chỉ còn là bộ xương đứng phơi cho khô người dưới cái lạnh rừng núi Xuân Phước vào những ngày cuối năm dương lịch. Tôi không phải là người lì lợm đến như thế, nhưng ở hoàn cảnh đó, không ai có thể làm khác đi được. Trực trại không bao giờ cho phép tôi ra tắm vào mùa Hè trong khi thung lũng Tử Thần nóng như đổ lửa. Nhưng bắt đầu vào đông thì hắn buộc chúng tôi phải đi tắm hết. Có một lần tắm vào trước Tết Dương Lịch 1983, lúc đó cảm thấy người đã yếu lắm rồi, thời tiết lại quá lạnh, tôi xin được ở lại trong biệt giam, không ra tắm, trực trại Luật thẳng thừng: "Anh còn khỏe lắm, ra đi tắm! Có thuộc 8 điều lệnh nếp sống văn hóa mới không, các anh ăn ở sao mà phòng giam giống như cái chuồng lợn vậy?"

Khi tháo cùm hai nhượng chân tê cứng, tôi cũng đành cố gắng đứng xuống sàn và lết ra cửa phòng, chập chững như trẻ mới biết đi. Thấy thế Linh Mục Nguyễn Văn Vàng, tù chính trị án tử hình giảm xuống còn chung thân ở chuồng cọp số 9 cũng vừa được tháo cùm và bị lùa ra đi tắm cùng với tôi, đã nói với Luật bằng giọng bình thản: "Chuồng lợn còn sạch hơn nhiều thưa cán bộ. Chúng tôi không những không thuộc 8 Điều Lệnh Nếp Sống Văn Hóa Mới mà còn coi như không có điều lệnh này vì làm gì có nếp sống văn hóa mới ở trong một trại tù như thế này, cán bộ có đồng ý không?" Luật bí nên quát tháo: "Ra đi tắm ngay, chỉ bố láo." Tôi và Linh Mục Vàng vịn vào nhau chậm chạp đi ra ngoài giếng. Trật tự Của đi theo sau đay nghiến vị tu sĩ: "Anh Vàng, bộ anh muốn chết hay sao mà nói với cán bộ như vậy. Nói thật, nếu cán bộ Luật ra lệnh, tôi đánh chết anh ngay lúc đó." Thấy không còn gì để mất, tôi thẳng thừng với Của: "Anh Của, anh cũng là tù như chúng tôi, án của anh cũng là án nặng, ngày về cũng còn quá xa. Tôi nghĩ là nếu anh có đánh chết bố Vàng hoặc tôi thì cũng là cách giải thoát cho chúng tôi. Sống như thế này thì cũng như đã chết rồi. Mạng chúng tôi chẳng đáng xu teng nào đâu. Cần gì anh phải đánh, trước sau gì chúng tôi cũng chết trong cùm mà!"

Trật tự Của là người dữ tợn nổi tiếng trong số những trật tự của trại. Nhưng như một điều khác thường, trưa hôm đó Của yên lặng không phản ứng. Mãi sau này, tôi cũng không rõ lý do khiến tự nhiên Của không thượng cẳng chân, hạ cẳng tay với chúng tôi và tôi chỉ có thể tự giải thích với lòng mình rằng có thể do chúng tôi đánh thẳng vào nỗi tuyệt vọng âm thầm trong lòng Của từ lâu nên trong một phút anh ta có thể chạnh lòng và chùn tay chăng? Trong cuộc lưu đày, chúng tôi cứ lẩm cẩm hay căn cứ vào một chút lương tri còn rơi rớt lại trong lòng những kẻ ác để chính mình tin rằng sự ngay thẳng và lương thiện rồi ra cũng sẽ giành được một phần thắng lợi khi bị du vào tình thế khó xử hay trong tình trạng phải đối đầu với kẻ thắng.

Cho đến những năm tháng sau này khi đã được tái định cư ở Hoa Kỳ, khi đã được nằm trong căn studio ở khu chung cư Christian Home tôi thuê ở ngõ Song Long trên đường Bolsa, tuy không sang trọng đối với người đã ở Mỹ lâu, với tôi nó là một thiên đường. Thỉnh thoảng, những cơn ác mộng vẫn trở về, đánh thức tôi giữa đêm khuya thanh vắng. Đã nhiều lần mồ hôi toát ra và đầu óc những lúc như thế dường như chẳng còn ý thức thời gian nữa. Tôi thường phải cấu vào đùi mình để bảo đảm rằng tôi đang là thực, đang hiện hữu ở phố Bolsa chứ không phải đang là nhân vật của một giấc mộng. Sau những đêm như thế, tôi thường điện thoại cho Đoàn Bá Phụ, một bạn tù thân thiết thời kỳ còn ở Phân trại E của A- 20 cũng như giai đoạn về sau này khi chúng tôi gặp nhau lại ở Nam California. Tôi hỏi Phụ xem là những năm đầu khi được thả ra khỏi tù và vượt biển thành công rồi sang sống ở quận Cam, Phụ có phải đối phó với tình trạng "mộng là thực" như thế không, anh trả trả lời không đắn đo: "Thì tao cũng như mày thôi. Phải ba năm sau, tình trạng này mới chấm dứt." Phụ còn dọa thêm: "Ba năm mà mày vẫn còn bị ám ảnh, phải đến một bác sĩ tâm thần đấy." Cuối cùng, những tiên đoán của Phụ chỉ đúng một phần và khi tôi có một việc làm, được trở lại nghề cũ, sự bận bịu của công việc đã xua những cơn ác mộng ấy ra khỏi giấc ngủ.

Cho đến nay, khi ngồi để viết lại hồi ức này, tôi cũng vẫn không tìm ra được lý do giải thích tại sao tôi và những bạn tù khác trong khu biệt giam ở Xuân Phước lại có thể thoát được cảnh địa ngục trần gian lâu dài như vậy ngoài niềm tin rằng mọi sự đều có giai đoạn khởi đầu và cũng có lúc phải kết thúc. Tôi là một tù nhân cải tạo không còn xa lạ gì với các khu biệt giam ở nhiều trại khác nhau từ B- 5 Tân Hiệp Biên Hòa, rồi khu biệt giam ED nhà tù Chí Hòa, xuống tới Hàm Tân Z- 30C. Nhưng với tôi, khu biệt giam, hay còn gọi là chuồng cọp ở Phân Trại E A- 20 nhà tù Xuân Phước là đáng chú ý nhất. Bởi vì khu chuồng cọp này thể hiện tính chất triệt để của những đòn trừng phạt mà chế độ Cộng Sản nhắm vào để trả thù câu thúc, kiểm soát và hủy diệt những phản ứng đối kháng cuối cùng của con người.

Tại sao tôi gọi khu biệt giam ở A- 20 Xuân Phước thể hiện tính chất triệt để của những đòn trừng phạt? Thứ nhất, khu chuồng cọp này nằm ngay sau nhà bếp trại nhưng kỷ luật nghiêm ngặt đến nỗi nó trở thành một thế giới khác, hoàn toàn bị cô lập. Hoàng Vũ Duyên, một người bạn học với tôi từ nhỏ ở trường tiểu học Văn Trinh, tỉnh Hải Phòng, và đồng thời cũng là bạn đánh đinh đánh đáo với nhau trong suốt những năm tiểu học trước khi chúng tôi cùng di cư vào Nam đang lao động ở đội nhà bếp nhưng không hề biết tôi đang nằm cùm cách Duyên không đầy 15 thước. Thứ hai, thời hạn nằm biệt giam thường là bị cùm 2 chân tối thiểu cũng một năm và trong một số ít trường hợp kéo dài 3 đến 5 năm như trường hợp cá nhân tôi và vài người khác, như Luật Sư Trần Danh San, người đứng ra đọc bản Tuyên Ngôn Nhân Quyền vào năm 1977 ở quảng trường Quách Thị Trang, Linh Mục Nguyễn Văn Vàng, Linh Mục Nguyễn Luân. Thứ ba, chế độ ăn uống trong khu biệt giam này cực kỳ kham khổ. Tiêu chuẩn bình thường của một tù nhân trong biệt giam là 9 kí lô thực phẩm hàng tháng. Như thế trung bình một ngày hai buổi, trưa và tối, mỗi tù nhân biệt giam được nhận mỗi bữa 150 grams thực phẩm. Thực phẩm gồm cơm và khoai mì. Thực tế, mỗi bữa ăn chúng tôi được phát khoảng 6 lát khoai mì phơi khô rồi luộc chín. Sáu lát khoai mì khô ấy "cõng" thêm khoảng từ 250 đến 300 hạt cơm. Người tù có nhiệm vụ chia cơm biệt giam tưới vào đó khoảng hai muỗng nước muối. Tiêu chuẩn nước bình thường là 1/3 ca đánh răng nước uống. Tình trạng này dẫn đến một hiểm họa: khát triền miên và phù, dẫn đến chết người mà tôi sẽ đề cập ở phần sau.

Tuy nhiên, những tù nhân cải tạo trong biệt giam bị đì hay đang bị ép cung, thì trực trại Luật thi hành đúng lệnh của "ban:" tiêu chuẩn thực phẩm chỉ còn 6 kí lô một tháng, tiêu chuẩn nước muối gia tăng gấp đôi, nghĩa là thay vì chan vào thực phẩm hai muỗng thì chúng tôi lãnh tới 4 muỗng, tiêu chuẩn nước uống tụt xuống chỉ còn 2 muỗng cho mỗi bữa cơm.

'Thôi Thì Thôi Nhé
Đoạn Trường Thế Thôi'

Do đã vào khu chuồng cọp một hai lần trước đó ở trại Hàm Tân cũng như trại này, tôi không còn mối lo sợ nào nữa, dù rằng tôi biết chắc lần vào nằm "nghỉ mát" trong những cái hộp bé tí sẽ là lâu dài, tối thiểu cũng phải từ 3 đến 5 năm là giá chót. Xui hơn nữa thì có khi chưa đủ hạn đã phải ra nằm ngoài đồi thông rồi. Đồi thông là khu nghĩa địa cho tù nhân của các phân trại thuộc A- 20, nơi có hàng vài trăm ngôi mộ, có những mộ bia bằng đá khắc tên họ tù nhân, ngày sinh và ngày qua đời, nhưng hầu hết dưới những ngôi mộ này, chỉ có xác tù nhân bó chiếu hay bó cái chăn dạ màu đỏ do trại phát. Quách Văn Trung, một luật sư đồng hóa thiếu tá cảnh sát, nguyên chánh sự vụ Sở Ngoại Kiều, dường như là người đầu tiên khi chết có được một cái áo quan do đội mộc đóng bằng ván ép. Hơn một năm sau khi đến phân trại E thuộc A- 20, Trung là người mở đầu cho chương trình thăm gặp gia đình vốn rất hiếm hoi ở một trại trừng giới như Xuân Phước.

Vào giờ đội của anh tập trung trước cổng trại để sẵn sàng ra đồng lao động sau khi ăn trưa thì anh được kêu tên ra gặp vợ.

Sự xúc động hiện rõ lên nét mặt và anh luống cuống đứng lên để vào nhà giam thay một bộ quần áo tươm tất hơn. Đã trải qua nhiều trại trước khi lên tới A- 20, Quách Văn Trung vẫn cố gắng giữ cái quần jean hiệu Lee màu xanh và chiếc áo pull trắng hiệu Lacoste. Trong mấy lần khám tư trang tại phân trại E, bộ quần áo của anh bị "tịch thu," nhưng Trung cứ đeo theo trực trại xin xỏ và hứa nếu được thăm nuôi sẽ bảo vợ mang lên trại bộ khác tặng cán bộ. Điều này khiến cho anh em trong trại không ưa anh và cũng có anh em đàm tiếu diễu cợt: "Anh Trung, anh là thiếu tá mà sao đến nỗi phải như thế. Nước đã mất, nhà đã tan, chúng lấy cả mạng anh còn được nữa huống chi mấy bộ quần áo."

Không may khi mặc xong quần áo xong, leo từ tầng trên xuống toan xỏ chân vào đôi giày thì anh gục xuống. Anh em khênh lên bệnh xá nhưng không cứu được vì tai biến mạch máu não nghiêm trọng. Vợ anh vốn là một y tá bệnh viện, theo lời anh kể trước đó phải đi phục vụ chiến trường Campuchia mới trở về nhận được thư của chồng nên lên thăm anh ngay. Buổi tối hôm đó, bà Trung ngồi ngoài nhà thăm nuôi chờ đợi vì trực trại cho biết Trung vừa bị kỷ luật, cần phải cứu xét, có thể sáng hôm sau mới gặp được. Cái xe cải tiến chở chiếc áo quan đi ngang qua nhà thăm nuôi hôm đó là do mấy anh em bên hình sự đẩy đi chôn Quách Văn Trung trên đồi thông. Bà Trung nhìn thấy nhưng không bao giờ nghĩ đó là chồng mình. Sáng hôm sau, tại nhà thăm nuôi, trực trại Luật báo cho bà biết chồng bà đã qua đời vì tai biến mạch máu não. Không thể tưởng tượng nổi trên thế gian này lại có sự dối trá, che đậy đến mức phi nhân như thế!

Khi bị trật tự Của đẩy vào xà lim số 5, lập tức tôi phải nếm ngay món ăn chơi đầu tiên của Lý "lé." Hắn chọn vòng cùm nhỏ nhất là 16, nhưng với cổ chân khẳng khiu của tôi vào lúc đó, vòng cùm này được coi như vẫn rộng. Lý "lé" bực mình gắt Của: "Có việc đó mà không làm được. Lấy búa đóng nó hẹp lại." Của đi kiếm búa đóng để cho miệng vòng cùm khép lại gần hơn, nhưng vô phương. Mỗi nhát búa đóng xuống vòng cùng nháng lửa nhưng vòng cùm vẫn trơ trơ. Cuối cùng hắn đành phải cùm hai chân tôi lại bằng hai vòng cùm 16. Sau đó, Của bắt tôi cong người về phía trước để anh ta cùm thêm hai tay tôi vào thanh sắt 18 bắc qua bệ nằm bằng còng omega sau khi cởi chiếc áo lính tôi đang mặc, chiếc áo Ngọc "đen" may sẵn hai lớp vất xuống đầu nằm. Hắn nói: "Cởi áo cho mát, có thể dùng làm gối đầu." Lại một lần nữa tôi tỏ thái độ không còn gì để mất. Tôi nói với Của: "Cán bộ bảo anh làm gì thì anh cứ việc làm, nhưng đừng có diễu cợt mất dạy như thế." Khi Của vừa mới đạp tôi một đạp từ sau lưng làm tôi choáng váng và có cảm tưởng xương sống gãy lìa thì có tiếng trực trại Luật: "Của, ai cho anh làm vậy?" Lý "lé" đứng ngoài không nói gì. Luật tiếp tục lớn giọng với Của: "Tôi đưa chìa khóa cho anh nhưng anh phải chờ tôi vào mới được mở hay đóng cửa biệt giam. Anh làm việc với tôi hay làm việc với cán bộ Lý?" Luật ra lệnh tháo cùm tay cho tôi rồi đích thân khóa cửa xà lim số 5. Bên ngoài phòng giam, ở khoảng sân trước khu biệt giam, một trận cãi nhau, mày tao chi tớ diễn ra giữa Luật và Lý "lé." Trận cãi cọ chắc chắn không bắt nguồn từ nguyên nhân một bên nhân đạo với tù cải tạo hơn và một bên thù hận ngập tràn. Lý "lé" người Quảng Bình và Luật người Nam Định, nhưng có thể nguyên nhân dẫn đến xích mích bắt nguồn từ từ sự tranh giành, cưa ghế nhau.

Lý "lé" làm cán bộ an ninh phân trại bề ngoài là người quyền hành chỉ sau trại trưởng. Anh ta còn kiêm nhiệm vai trò chính ủy. Nhưng thực tế, ngôi vị này có tiếng mà không có miếng. Còn Luật chỉ là trực trại nhưng cai quản cả ngàn tù nhân, trong số tù cải tạo chúng tôi có lẫn vào những ông "vua" bị kết án từ chung thân cho tới 20 năm trong đợt đánh tư sản mại bản. Phần lớn những ông "vua" này là người Hoa và rất nổi tiếng là người cầm trịch nền kinh tế VNCH trước 30 tháng Tư, 1975, như Lý Sen, Lưu Trung, Trương Dĩ Nhiên. Báo chí Sài Gòn từng có thời gọi các "xì thẩu" Lý Sen, Lưu Trung, Trương Dĩ Nhiên và Lý Long Thân là "tứ trụ triều đình Chợ Lớn," một triều đình với hình ảnh mờ mờ, ảo ảo bên cạnh Dinh Độc Lập, nhưng lại là yếu tố quyết định đối với đời sống hàng ngày của dân chúng thủ đô Sài Gòn và các tỉnh, từ giọt xăng, hạt gạo, hộp sữa đến những chiếc máy cày, máy đuôi tôm và nông cụ không thể thiếu được trong nền kinh tế vẫn còn nặng về nông nghiệp.

Dưới chế độ VNCH, họ là những ông vua thực sự, lũng đoạn nền kinh tế quốc gia công khai ngay trước mắt quyền lực của Dinh Độc Lập. Nhưng sau 30 tháng Tư, 1975, họ chỉ còn làm vua ở trong các nhà tù Cộng Sản. Quà thăm nuôi của họ là những bao bố chỉ xanh chứa đầy thịt muối, lạp xưởng, thuốc lá, thịt hộp, sữa bột và một nửa phần quà đó là dùng để "biếu xén" cán bộ trại, trong số đó dĩ nhiên không thể thiếu trực trại Luật. Lưu Trung, một ông Tàu Chợ Lớn thâm trầm hơn, dường như là "đầu tàu" của các xì thẩu trên nên đã có lần cảnh cáo Lý Sen vì ông Tàu này có lẽ sinh ở gần kho đạn thành thử hay nổ về cách làm ăn trước 30 tháng Tư, 1975 : "Lủ mẹ... tiền nị bao nhiêu mà miệng lúc nào cũng như cái ống nhổ chó... Chung quanh... anh em người ta khổ quá mà sao nị cứ khoe của vậy... Coi chừng cái lưỡi bị cắt lúc nào không hay á..."

Bị giải giao lên Xuân Phước được khoảng một năm, các xì thẩu này được kêu tên khăn gói quả mướp ra về để "được" tống xuất ra nước ngoài sau khi đã để lại hết tài sản ở Việt Nam. Mãi về sau này, khi được thả ra khỏi trại giam, một vài nguồn tin nói với tôi rằng Cộng Sản đưa những ông vua này lên A- 20 cũng chỉ là để áp lực họ khai báo hết tài sản còn lại và ký giấy chịu "bỏ của chạy lấy người" sang Hồng Kông. Trong khi nhiều anh em sau này gặp nhau cứ bàn tán mãi về chuyện cãi lẫy căng thẳng giữa Luật và Lý "lẽ" để suy diễn ra nhiều "hot news" có liên quan đến các ông vua, nghe rất tức cười. Cá nhân, tôi coi câu chuyện không có gì đáng để ý cả mà điều đáng để ý là làm sao đối phó với những đòn trừng phạt trong những tháng đầu tiên trong chuồng cọp, chứ còn sau đó nếu còn sống, tôi vẫn tin rằng mình thích ứng được với môi trường mới. Cú đạp của trật tự Của làm cho lưng tôi ê ẩm, nhưng vẫn cố gắng vặn vẹo để xem mình có đến nỗi nào không. Thấy vẫn có thể nằm ngửa và tự mình ngóc đầu dậy không có khăn lắm, tôi yên tâm với cái áo lính mặc vào, kéo cái thùng tiểu rồi cố gắng uốn mông ra khỏi bệ nằm tiểu thử xem có gì khó khăn không. Người bị cùm hai chân mỗi lần đi tiêu hay tiểu là một cực hình. Đây đúng là trò không những hành xác mà còn là một nhục hình tàn bạo.

Ánh nắng trưa lọt qua lỗ tò vò cũng đủ làm cho tôi thấy rõ một bức họa trên bức tường được những người vào trước tôi vẽ lại, gồm máu muỗi, những lời lẽ bậy bạ, những ô vuông gạch chéo để đánh dấu số ngày họ bị biệt giam. Nhưng tôi đặc biệt chú ý tới mấy câu thơ được khắc trên tường. Tác giả khắc theo kiểu thư pháp rất đẹp và đầy nghệ thuật với nội dung như tôi trích dẫn hai câu trên đầu bài: "Thôi thì thôi mộ người tà dương. Thôi thì thôi nhé đoạn trường thế thôi."

Chỉ có hai câu của bài thơ "Động Hoa Vàng" trong hoàn cảnh ấy cũng đã vẽ lên trước mặt tôi bức tranh thủy mạc tuyệt đẹp mà Phạm Thiên Thư đã cung hiến cho đời.

Câu thơ ấy lần đầu tiên kể từ ngày tôi đi tù và phải đối phó với sự hành hạ rất căng thẳng của kẻ chiến thắng đã có khả năng làm trái tim nguội lạnh của tôi sống lại hình ảnh của Ty[1] khi nàng thăm gặp tôi lần đầu tiên và cũng là lần cuối cùng tại nhà tù Chí Hòa trước khi tôi bị đày đi trại lao cải. Hôm đó nàng mặc chiếc áo bà ba trắng và chiếc quần dài đen. Với 15 phút gặp mặt mỏng manh, chúng tôi không nói được điều gì với nhau ngoài chuyện hỏi thăm sức khỏe và nước mắt. Tôi cũng không thể nắm tay Ty và cũng không thể ôm mẹ tôi bởi vì lúc đó người tù cải tạo nào bị đưa về Chí Hoa thẩm cung cũng đều bị ghẻ kềnh ghẻ càng. Ty chỉ kịp đưa cho tôi bức hình chụp bán thân của nàng và mấy câu chú viết bằng chữ Hán của bộ kinh Lăng Nghiêm rồi nàng dẫn mẹ tôi theo đoàn người bước ra cổng trại.

---

[1] *Tôi gặp lại Ty 17 năm sau ở Nam California và 2 năm sau đó chúng tôi lập lại gia đình sống với nhau cho tới nay cũng đã gần 20 năm*

'Gặp' Trần Danh San Trong Biệt Giam

Tôi vào phòng biệt giam số 5 buổi sáng thì Trần Danh San bị dẫn vào "chuồng" số 3, tức xà lim 3, cách tôi một xà lim về phía tay trái nếu nhìn từ cửa vào. Trần Danh San, một luật sư trẻ vào thập niên 1960, rất nổi tiếng ở Sài Gòn lẫn miền Trung Việt Nam. Anh là người vào ngày 23 tháng Tư, 1977 cùng người bạn là Luật Sư Triệu Bá Thiệp soạn thảo "Ban Tuyên Ngôn Nhân Quyền của Những Người Việt Nam Khốn Cùng" và bản tuyên bố "Vì Sao Chúng Tôi Chiến Đấu" và mang ra đọc tại công trường Hòa Bình trước Vương Cung Thánh Đường Sài Gòn, nơi, vào thời gian đó, ký giả ngoại quốc được phép hoạt động tại Việt Nam thường lui tới Sở Bưu Điện để gởi tin tức về nước họ. Anh cùng một số người khác bị bắt, bị đánh đập và bị tra tấn suốt trong thời gian thẩm cung, rồi sau đó bị đày lên trại trừng giới A- 20 Xuân Phước.

Trần Danh San là một trong những sinh viên trường Đại Học Luật Khoa Sài Gòn nổi tiếng là hùng biện và là thần tượng cho lớp sinh viên mới bước vào trường luật như chúng tôi vào đầu thập niên 1960. San nổi tiếng rất mau trong những vụ án liên quan đến chính trị hay tội đại hình. Bạn bè anh từ khi còn học trung học ở những trường Pháp và sau này cũng theo đuổi nghề luật như anh cho biết, dù là một tay chơi trong đời sống tư, khi đã nhận bênh vực cho thân chủ nào, anh làm việc hết mình bất kể công sức anh bỏ ra bao nhiêu. Sự kiện Trần Danh San bị đưa vào xà lim kiên giam không làm tôi ngạc nhiên, nhưng dù bị cùm cứng hai chân trên bệ nằm, tôi cũng cố nhỏm người lên để xem có thể nhìn thấy San qua lỗ tò vò ở giữa cánh cửa phòng giam hay không. Tuy nhiên, cố gắng của tôi thất bại. Lúc đó tôi mới nhận ra rằng, khi đã bị cùm hai chân thì chỉ có cách nằm ngửa trên bệ ngủ là cái cùm chân ít gây đau đớn hơn. Mỗi lần ngồi dậy, tôi phải cố gắng như người tập bụng và những lần như thế, hai vòng cùm ở hai cổ chân siết chặt vào da đau đớn.

Như mọi người đều biết, tại những phòng tập thể dục, người lực sĩ nằm thẳng người trên sàn rồi nhờ một người khác cầm hai chân kìm cứng lại, hai tay của lực sĩ co lại nâng gáy lên và lấy kết sức nhấc phần thân thể từ bụng trở lên. Họ làm những động tác này để làm nổi những bắp thịt bụng. Người tù cải tạo ở khu xà lim A- 20 Xuân Phước hai chân bị cùm vào thanh sắt trên bệ nằm khi đã nằm ngửa trên bệ nếu muốn ngồi dậy cũng phải làm như thế, nhưng tất nhiên không còn thịt còn mỡ đâu mà phải tập. Do thiếu ăn đã năm, sáu năm rồi nên rất gầy yếu, phải cố gắng hai ba lần mới ngồi dậy được, nhưng da ở cổ chân thường xuyên bị trầy xước. Chúng tôi tránh nhiễm độc bằng cách đổ nước muối vào những vết trầy.

Bên ngoài sân khu biệt giam có tiếng của trật tự Của: "Tại sao các anh cứng đầu quá vậy. Trước đây các anh có cả triệu quân mà chưa làm gì được huống chi bây giờ. Chỉ cần các anh bước ra cái xã Xuân Phước này là dân nó đập chết các anh ngay." San giọng bình thản nhưng đầy diễu cợt: "Thế ạ, nhưng sao tôi thấy từ cán bộ trại trưởng đến cán bộ Lý rồi xuống tới anh nói giống nhau quá. Phải nhìn nhận là các anh thuộc bài lắm. Bữa nào anh trình cán bộ cho tụi này ra ngoài xã mua con gà luộc ăn chơi rồi dân nó có đánh chết cũng cam lòng." Tiếng Của: "Thôi, đừng có bố láo nữa, tao lại cho một trận bây giờ." Vừa lúc đó tôi nghe tiếng của trực trại Luật: "Của, mở số 3." Có tiếng khóa lách cách và có tiếng kéo sợi dây xích ở khóa cửa bên ngoài buồng giam. Tiếng Của hỏi trực trại Luật: "Cùm nó vòng cùm số mấy cán bộ?" Luật giọng gắt gỏng: "Anh làm trật tự hay tôi làm trật tự. Làm sao khóa hai chân nó lại thì làm. Nhanh lên." Dường như trật tự Của chọn vòng cùm 16 vì sau đó tôi nghe tiếng búa đóng, điều này chứng tỏ cổ chân San lớn hơn vòng cùm nhỏ nhất là 16. Như thế là đau đớn lắm, nhưng tôi không nghe một tiếng kêu la nào của San. Rồi lại có tiếng trực trại Luật ra lệnh cho Của: "Lên trên đội lấy hết tư trang xuống cho chúng nó."

Chừng 10 phút sau, Của đi xuống. Tiếng trật tự Luật ra lệnh: "Khám kỹ vào, ngoài quần áo chăn mền, còn tịch thu tất." Việc khám xét tư trang kéo dài khoảng 15 phút và Của theo lệnh của trực trại Luật mở cửa phòng giam đưa vào cho tôi chiếc ba lô đựng quần áo. Nhìn chiếc ba lô, tôi nhận ra ngay chiếc ba lô của tôi, nhưng phần bên trong thì không. Như thế vào buổi sáng Hải "bầu" đã "dọn dẹp" tất cả nên tôi yên tâm là tài liệu đã được di chuyển an toàn đến nơi cất giấu.

Trong ba lô chỉ có một cái mền bằng len do Trung Quốc dệt và hai bộ đồ trận vá chằm đụp bằng những miếng vải bao cát, một ca nhựa đựng nước uống, một cái muỗng nhựa và một tô đựng thực phẩm cũng bằng nhựa đã nứt và được hàn lại bằng một miếng nhựa khác. Cái muỗng, cái tô và cái ca này đã theo chân tôi từ thời gian tôi bị bắt và nằm biệt giam ở nhà tù B- 5 Tân Hiệp Biên Hòa ngày 16 tháng Tám, 1975. Nó theo chân tôi về đến biệt giam khu ED, rồi ra đến trại Hàm Tân Z- 30C. Khi ra tới Hàm Tân, trong một buổi tù ca đêm Giao Thừa Tết 1978, nổi hứng tôi dùng cái tô nhựa của mình làm trống khiến nó nứt toác ra. Việc kiếm để xin anh em một cái tô khác không phải dễ dàng và cũng không muốn phiền ai nên tôi dùng một cộng kẽm may chỗ nứt toác ra rồi kiếm một miếng nhựa bể khác để hàn đè lên. Do không được khéo tay, vết hàn trông thật thảm hại. Nhưng trong tù nào ai cần bày biện làm gì, miễn sao có cái đựng là tốt rồi!

(Ghi chú: Đầu tiên nhiều cựu sĩ quan khi đi trình diện mang theo trong ba lô của mình nào là gà- mên bằng sắt không bị rỉ,

trên cán còn khắc chữ US. Cả những chiếc bi- đông nước cũng vậy, có cả bao ngoài in chữ US bằng sơn đen.

Nhiều người còn mang theo cả cái ca đa năng cũng bằng sắt không rỉ. Nhưng chính vì chữ U.S. (United States) này mà những vật dụng bình thường này trở thành mục tiêu tịch thu của cán bộ công an trại giam. Lý do chỉ vì họ rất khoái những loại quân trang này của Hoa Kỳ và rất thích lấy lý do nội qui không cho sử dụng vật bén nhọn , vật dụng làm bằng nhôm, sắt, thép nên phải tịch thu. Trại "đền" lại bằng cách cấp phát cho mỗi tù cải tạo một bộ gồm ba thứ hoàn toàn bằng nhựa: tô đựng cơm, ca đựng nước và muỗng để múc. Giai đoạn sau này khi được thăm gặp gia đình, một số tù cải tạo nhắn người thân mang lên cho họ hàng bằng nhựa tốt hơn và đẹp hơn. Tuy nhiên, chúng tôi không muốn như thế.

Đã đi tù khổ sai, ăn đói, làm việc nặng, quần áo vá chằm vá đụp thì sá gì một cái tô hay muỗng bằng nhựa, không vạ gì mà phải làm đẹp thêm cho một chế độ lao tù coi con người không hơn một con vật như vậy. Cho nên nhiều tù cải tạo giữ những vật dụng bằng nhựa này cho tới khi ra khỏi cánh cổng nhà tù dù đã phải hàn những chỗ nứt bằng những cách dùng một bao bì bằng nylong hơ vào ngọn lửa cho chảy ra thành một chất nhựa dẻo rồi nhỏ xuống những vết nứt. Một số anh em tù cải tạo ý thức cao hơn cũng muốn mang theo những trang phục và những vật dụng từng dùng hàng ngày trong tù về làm kỷ niệm khi họ nhận được giấy ra trại, nhưng hầu hết không ai mang ra được. Lý do dễ hiểu là trước khi cầm trong tay cái giấy xuất trại để ra khỏi cổng nhà tù, tư trang của họ vẫn bị khám xét, khám còn kỹ hơn lúc còn ở trong trại. Tất cả quần áo, vật dụng dùng *trong tù phải bỏ lại hết và không người nào được mặc quần áo rách hay vá khi ra cổng trại. Tại những trại mà tôi trải qua, những người được thả không phải được kêu tên để nhận giấy ra trại về ngay đâu. Họ bị tập trung vào một khu nhà khác bên ngoài trại tù để khai lý lịch và nghe giảng chính trị. Sau đó người nào không có một bộ quần áo nào lành lặn thì được cấp một bộ đồ tù mới may bằng vải thô xám. Thành thử khi ra khỏi trại, người tù cải tạo nào cũng ăn mặc tươm tất. Chỉ có nước da xanh mét và thân thể như cái xác ve của người tù cải tạo là có khả năng cáo chế độ lao tù khắc nghiệt dưới chế độ Cộng Sản mà thôi)*

Những bạn nào đã từng vô nằm "chuồng cọp" ở các trại tù cải tạo tất thắc mắc: đi cùm trong nhà kỷ luật cùng lắm là một hai tháng, trại cần gì phải đưa tư trang cá nhân của tù vào làm gì? Quí vị thắc mắc cũng phải thôi, vì đây cũng là thắc mắc của chính tôi lúc đầu. Nhưng chỉ 10 phút sau khi cửa phòng biệt giam số 5 đóng lại, tôi hiểu ra ngay số phận của mình.

Tôi sẽ không có ngày ra khỏi phòng biệt giam này trừ phi bỏ thân nơi đây hay có một đột biến nào về chính trị ở bên ngoài trại giam. Những tiên đoán của tôi được kiểm chứng bằng thời gian gần 5 năm liên tiếp trong những cái hộp bé tí bị cô lập hẳn với thế giới bên ngoài trước khi tôi được chuyển về một trại bình thường và ở gần Sài Gòn hơn, là trại Z- 30A ở Xuân Lộc thuộc tỉnh Long Khánh, nơi trước đây đặt bộ chỉ huy của Trung Đoàn 54 Bộ Binh/VNCH.

Ngay buổi chiều hôm đó, khi vẫn còn loay hoay chưa biết làm cách nào liên lạc với Trần Danh San ở xà lim số 3 thì đã tới giờ lãnh khẩu phần cho bữa ăn tối. Trật tự Của là người chia thực phẩm cho các xà lim dưới sự giám sát của trực trại Luật. Tôi và San là những người cuối cùng trong khu biệt giam được chia thực phẩm. Của vào phòng lấy tô nhựa và ca đựng nước của tôi ra ngoài chia khẩu phần ngay trên bậc thềm của xà lim. Tôi thấy anh ta đếm đủ 5 lát khoai mì khô luộc và chan vào đó hai muỗng lớn nước muối. Sau đó dùng cái ca đựng nước của tôi thọc vào trong thùng nước uống, múc ra khẩu phần nước uống mà khi cửa biệt giam vừa đóng lại tôi dùng ngón tay để đo mực nước trong ca. Tôi thấy chiều sâu khoảng nửa lóng tay. Rất nhanh, tôi cầm ngay lấy tô khoai, một tay chận khoai mì, một tay nghiêng cái tô để lọc hết nước muối xuống thùng nước tiểu nằm trên một lối đi hẹp giữa hai bệ nằm, trước khi nước muối thấm đẫm vào khoai.

Kiểu Tra Tấn Vượt Xa Đức Quốc Xã

Trước đó, P. Đ. Nh. là người nhóm sĩ quan đầu tiên trải qua những đòn trừng phạt không trại nào có trong chuồng cọp sau khi anh tổ chức cuộc lãng công gọi nôm na là "No Eat, No Work" (Không Ăn thì Không Làm) đã chuyển đạt cho tôi một kinh nghiệm về những điều cần làm để đối phó với chế độ "hai muỗng cơm, hai muỗng nước và hai muỗng muối" trong biệt giam. Anh nói: "Việc cần làm ngay đầu tiên của Alpha (tên anh em gọi tôi theo mẫu tự đầu của Việt ngữ) là phải chắt nước muối khỏi tô khoai mì ngay lập tức, sau đó chỉ ăn một chút cầm chừng thôi. Nước uống thì đừng vội vã ực một hớp là hết ngay. Hãy làm chậm và nhạt cơn khát của mình bằng cách uống từng nửa muỗng một, không nuốt mà để nước nhỏ từng giọt xuống chân răng rồi thấm dần vào cổ họng, cơn khát sẽ dịu xuống dần. Việc cần làm thứ hai là mỗi khi bị gọi đi thẩm cung thì cố gắng kéo dài thời gian thẩm cung và số lần thẩm cung. Để làm gì? Alpha cần lợi dụng những lần này để xin uống nước. Mình phải giở trò lì ngay: nói thẳng với chúng là nếu không được uống nước thì không có sức đâu mà nói và cương quyết yêu cầu chúng đem Alpha ra sân trại bắn bỏ. Khi được dẫn trở lại phòng giam, Alpha đái ra cái ca nước. Nước tiểu lúc đó còn nhạt dễ uống và không nguy hiểm."

Bài học mưu sinh thoát hiểm của P.Đ.N khá chính xác, nhưng trường hợp của tôi không giống trường hợp của anh. Anh chỉ phải ở trong thời gian vài tháng, nhưng tôi phải ở một thời gian dài hơn nhiều, cho nên cái trò nhục hình này chỉ xảy ra vào những tuần lễ trước và sau khi tôi bị thẩm cung. Ngoài thời gian ấy, chúng phát nước uống trở lại mức bình thường nghĩa là một phần tư ca nước cho mỗi bữa ăn. Những thời gian bị "đì" và phải ăn chế độ được tính toán theo công thức "qui ra" cơm canh như dưới đây:

Năm (5) lát khoai mì = 2 muỗng cà phê cơm
Nửa lóng tay nước uống = hai muỗng "canh đại dương"

Tôi hiểu ngay đây là một lối giết người dần dần bằng cách làm cho người tù bị phù thũng vì "ăn mặn và uống ít nước." Vì thế, tôi giảm việc ăn tới mức tối đa nghĩa là có bữa chỉ ăn hai lát khoai mì. Đói kinh khủng, nhưng ngược lại bớt khát hơn. Người tôi gần như lả đi, nhưng vẫn cảm thấy đầu óc tỉnh táo. Tôi tập uống nước theo kiểu đếm từng giọt để cho cơ thể quen dần, chịu đựng được những cơn khát cháy cổ họng. Việc tập luyện cộng thêm với việc ngồi yên, tập trung và thở đều có khả năng làm cho cơn khát tạm dịu xuống. Khát cộng thêm với muỗi hành vào ban đêm nên suốt đêm tôi không thể chợp mắt được chút nào. Không khí trong chuồng cọp mùa hè nóng như một lò than, ngột ngạt, khó thở. Nhưng chỉ khoảng 5 giờ chiều dù vẫn còn chút ánh tà dương lọt qua cửa tò vò của xà lim, muỗi rừng đã kêu như sáo. Loại muỗi rừng này nhỏ mình đen thẫm và có vân, chích vào người đau, da phồng rộp lên như nổi mề đay và ngứa. Mặc áo thì nóng hừng hực không thể nào chịu được mà cởi áo ra thì bị những đàn muỗi tấn công. Suốt đêm tôi chống trả bằng cách dùng chiếc áo vung lên không trung. Đến khoảng 5 giờ sáng, khi tay mỏi nhừ thì nằm vật xuống ngủ thiếp đi.

Khi trật tự mở cửa vào lúc 6 giờ sáng để trực trại Luật điểm số xem ban đêm có tù nhân nào phá được cái cùm sắt 16 ly trổ nóc bê tông của xà lim trốn hay không, nhìn xuống sàn nằm, tôi có thể thấy hàng trăm xác muỗi, có nhiều con còn động đậy. Hóa ra những con muỗi này hút máu đến no nê không bay nổi, lăn kềnh ra. Dùng bàn tay chà một lượt, máu muỗi đỏ bàn tay.

Cũng mất đến 3 ngày sau tôi mới tìm cách liên lạc được với Trần Danh San nhờ một em tù hình sự nằm ở biệt giam 6 tức là ngay cạnh xà lim tôi đang nằm. Thông thường cách liên lạc trong tù tốt nhất là dùng morse mà anh em chúng tôi gọi nôm na là "tạch tạch xè." Morse là phương pháp truyền tin cổ điển. Tôi biết sử dụng morse do tình cờ. Khi phục vụ tại Hệ Thống Truyền Thanh Quốc Gia, Sở Thời Sự do tôi điều hành, về phương diện tổ chức không có Phòng Kiểm Thính vốn luôn thuộc Sở Kỹ Thuật, nhưng về hoạt động tức là công việc hàng ngày lại nhắm vào phục vụ cho Sở Thời Sự. Nhiệm vụ của Phòng Kiểm Thính là nghe xem những đài sau đây nói gì hàng ngày: Đài Giải Phóng của Mặt Trận Giải Phóng Miền Nam Việt Nam, Đài Tiếng Nói Việt Nam của Hà Nội, Phần phát thanh bằng Việt ngữ của Đài Mạc Tư Khoa (Liên Xô), Phần phát thanh Việt ngữ của Đài Phát Thanh Bắc Kinh (Trung Cộng), Phần phát thanh Việt ngữ của Đài BBC, Phần phát thanh Việt ngữ của Đài Tiếng Nói Hoa Kỳ VOA và đặc biệt Phần phát tin bằng morse của hãng thông DKP (Đông Đức). Đây là hãng thông tấn chuyên gởi đi những bản tin bằng morse bằng ba thứ tiếng Đức, Pháp và Anh nhằm lũng đoạn thế giới tự do. Kỹ thuật của họ là "lấy một phần sự thật của các bản tin quốc tế được xác nhận và thêm vào những chi tiết do họ chế ra, chỉ để gây bất lợi cho Hoa Kỳ và thế giới Tây phương."

Chẳng hạn như năm 1968, tổng bí thư theo chủ nghĩa xét lại của đảng Cộng Sản Tiệp là ông Ducek bị bắt sau khi ông dấy lên cuộc Cách Mạng Nhung vào mùa Xuân tại Tiệp Khắc thì lập tức 3 giờ đồng hồ sau, đài DKP cho phát đi một bản tin xác nhận Tổng Bí Thư Ducek bị bắt và ông đã đồng ý đọc một bản phản tỉnh "xin lỗi nhân dân Tiệp." Thời điểm nói trên, các phương tiện thông tin không có nhiều như hiện nay nên khó phối kiểm tin này. Cuối cùng chúng tôi biết đây là một tin dởm mà DKP đưa ra nhằm kiểm soát sự thiệt hại cho đảng Cộng Sản Đông Đức mà thôi. Ngoài nhiệm vụ kiểm thính, Phòng Kiểm Thính, gọi nôm na là Phòng Thâu Tin còn phải phụ trách coi 4 máy viễn ấn tự của các hãng thông tấn quốc tế nổi tiếng lúc bấy giờ như Reuters, Associated Press (AP), United Press International (UPI), Hãng thông tấn Pháp AFP. Hệ thống truyền thanh Quốc Gia có hợp đồng ký với những hãng này và họ đặt máy viễn ấn để chúng tôi có thể lấy tin trực tiếp với họ và chuyển thành tiếng Việt.

Phòng kiểm thính phải nghe và thu những tin tức này các đài nói trên, rồi ngồi nghe lại đánh máy ra nội dung, một bản sẽ chuyển cho văn phòng tổng giám đốc, bản thứ hai sẽ chuyển xuống Sở Thời Sự để tôi và các Chủ Bút đọc. Thấy gì cần khai thác và phản tuyên truyền, tôi có trách nhiệm phải triệu tập phiên họp các trưởng phòng Bình Luận và Chủ Bút Tin Tức để thảo luận về nội dung cần phải phản tuyên truyền. Phòng Kiểm Thính có hai nhân viên nghe morse rất giỏi. Tôi tìm hiểu và tập nghe morse từ hai nhân viên này sau khi họ hướng dẫn tôi cách nghe và sử dụng. Khi đi tù, ngồi tấn mẫn, tôi nghĩ ra việc dùng morse đơn giản hơn và để giết thì giờ, tôi hướng dẫn San cách liên lạc bằng morse đơn giản để sử dụng trong những trường hợp cần thiết, chẳng hạn như khi vào biệt giam có thể liên lạc với nhau.

Nhưng trường hợp các xà lim biệt giam ở khu biệt giam trại A- 20 khá phức tạp vì chỉ khi nào hai người nằm sát nhau ở hai bệ nằm ngăn bằng bức vách chung thì mới sử

167

dụng morse gõ vào tường được. Còn nếu nằm hai xà lim cách nhau thì khi gõ vào tường người bên kia chỉ nghe những tiếng động bị "echoed" (tạm dịch là bị vang) và bị cộng hưởng nên không thể nhận ra được. Trong suốt 3 ngày tôi gõ mấy lần, nhưng rõ ràng San không thể nhận ra những điều tôi muốn nói. Nhưng vào buổi tối ngày thứ tư kể từ khi vào biệt giam, tôi bỗng nghe người bạn tù ở phòng số 6 tức là nằm ngay sát tôi lên tiếng. Tôi nghe văng vẳng nhưng khá rõ:

"Anh..... số.... 5... ơi... Em..... là.... Trí.... tù... ở.... đội.... hình.... sự.... Anh.... không...... cần.... gõ.... vào.... tường.... Muốn... liên.... lạc... anh..... chỉ.... cần.... nói....... lớn...... và... chậm.... Bên... kia... sẽ..... nghe...."

(Ghi chú: mỗi dấu chấm là tượng trưng chữ bị "echoed," nhưng rất nhẹ, cho nên nói với tốc độ càng chậm càng nghe rõ)

Tôi thử và tập luyện với người bạn trẻ tù hình sự nằm ở biệt giam 6 vào nửa đêm hôm sau. Kết quả khá tốt. Trường hợp hai xà lim nằm cách xa nhau, chẳng hạn như ở xà lim hai muốn liên lạc với xà lim 10 nếu gặp khó khăn thì có thể nhờ một xà lim nào ở gần giữa tiếp vận. Trong suốt thời gian 4 năm nằm xà lim ở Phân Trại E của tại A- 20, tôi dùng phương pháp này để liên lạc với các xà lim khác: linh mục Nguyễn Văn Vàng dòng Chúa Cứu Thế ở xà lim 10, linh mục Nguyễn Luân, một linh mục mới chịu chức còn đang tập sự tại nhà thờ chính tòa Phan Thiết bị suyễn khá nặng ở xà lim 7 và dĩ nhiên Trí ở xà lim 6, số 4 bỏ trống, rồi xà lim 3 là nơi luật sư Trần Danh San mới bị đẩy vào, xà lim số 2 là nơi hai linh mục Nguyễn Quang Minh và

Nguyễn Duy Chương (vụ nhà thờ Vinh Sơn) bị cùm chung và ở xà lim 1 là phòng biệt giam Nguyễn Đình Quý một sĩ quan cảnh sát phục vụ tại Bộ Tư Lệnh CSQG. Liên lạc theo kiểu nói chậm mà chúng tôi gọi là "phương pháp của người robot" có điều không thuận lợi là chúng tôi phải nói bằng bạch văn, người ở các xà lim khác có thể nghe và hiểu câu chuyện. Hơn nữa, bọn vệ binh có nhiệm vụ tuần tra khu vực xà lim vào ban đêm có thể nghe thấy. Dù không hiểu rõ lắm nội dung việc thông cung giữa các tù nhân biệt giam, chúng cũng can thiệp để cắt ngang các câu chuyện giữa chúng tôi bằng cách đạp chân vào khóa cùm xuyên qua bức tường phía chân cùm trổ ra phía ngoài. Mỗi lần như vậy, các vòng cùm siết chặt hai cổ chân tù nhân xà lim chuyển động khiến cho họ đau đớn vô cùng.

Nhưng đồng thời chúng tôi hiểu rằng luật lệ mở cổng khu biệt giam và các phòng biệt giam vào ban đêm rất khó khăn, chỉ trường hợp bất đắc dĩ phải đưa tù nhân mới vào biệt giam hay tù nhân biệt giam bị bệnh chết đột ngột, trực trại mới chịu vào mở cổng. Cho nên, tù nhân khu biệt giam, nếu bị bệnh đột ngột vào ban đêm liên quan đến tim mạch, sẽ cầm chắc cái chết. Lý do chính khiến trực trại chỉ mở cổng khu biệt giam vì anh ta lười cũng có, nhưng yếu tố chính là do vấn đề an ninh. Ban đêm vào khu xà lim, trực trại phải mang theo ít nhất là hai vệ binh súng dài và một hoặc hai trật tự. Chúng sợ bị tù nhân xà lim tấn công cướp súng trốn trại, nhất là sau vụ cướp súng tại bãi lao động để trốn trại của 6 sĩ quan xảy ra gần một năm trước đó.

Cá nhân, trong thời gian đầu bị "đì" phần nước, tôi hết sức giới hạn việc liên lạc với San và những phòng biệt giam khác trừ trường hợp thật cần thiết để thông cung. Lý do rất dễ hiểu: nói nhiều thì khát nhiều. Với 4 muỗng nước mỗi ngày, cổ họng cháy bỏng chỉ cần nói một hai câu là tôi có cảm tưởng cái màng mỏng ở lưỡi gà rộp lên. Tình trạng kéo dài khoảng 10 ngày. Trong mười ngày đó, biện pháp đối phó của tôi là giảm ăn tới mức tối đa. Tôi chỉ ăn khi nào thấy chân tay bủn rủn và người toát mồ hôi lạnh. Cộng thêm vào với phương thức này là ngồi thiền theo phương thức mà một tu sĩ Phật giáo thân với tôi là Thượng tọa Thích Huệ Đăng chỉ dẫn: nếu hai chân bị cùm thì ngồi duỗi thẳng chân ra, thân mình phải thẳng thành một góc 90 độ với hai chân, hai tay chống nhẹ xuống đùi và thở ra hít vào thật nhẹ, phải đếm mỗi lần thở trong giai đoạn đầu để đầu óc thảnh thơi không suy nghĩ gì cả, quên tất cả mọi chuyện kể cả chuyện đói, chuyện khát.

Ba bốn ngày đầu thì còn chật vật, nhưng kể từ ngày thứ năm kể từ khi vào biệt giam có thể là vĩnh viễn, tôi thấy mình quen dần với phương thức "thiền biệt giam" này. Nó khiến tôi có thể bớt việc nghĩ đến khát và khiến tôi tin tưởng mạnh hơn vào ý chí chống lại kiểu nhục hình này trong nhà tù Cộng Sản.

Làm Sao Để Không Cúi Đầu
Trước Cường Quyền?

Nhục hình để hỏi cung, hỏi cung để tìm ra những âm mưu chống lại chế độ hay nhỏ hơn là chống lại kỷ luật trại giam. Qui trình của ngành an ninh tại Việt Nam đều dựa vào công thức này trong đó điểm căn bản là dùng nhục hình để bắt tù nhân phải xưng tội. Nhưng ở trại trừng giới như A- 20, những việc làm đi ngược lại đường lối của ban quản trại diễn ra hàng ngày, công khai. Tù nhân cải tạo ở trại giam nào đi nữa thì cũng như cá nằm trên thớt, người Cộng Sản muốn chặt xuống cái thớt ấy lúc nào chẳng được. Hỏi cung bao nhiêu thì cũng vẫn vậy mà thôi, không thay đổi gì được. Họ biết như vậy chứ nhưng vẫn phải làm vì cần phải có một điều gì đó để báo cáo lên trên. Không báo cáo là không làm việc. Hình thức, chỉ tiêu, định mức là những căn bệnh rất nặng trong hàng ngũ cán bộ Cộng Sản. Cho nên tại một trại thuộc kiểu trại Lý Bá Sơ như trại A- 20 ở thung lũng Xuân Phước mà hàng năm ban quản trại sống "êm ru bà rù," trong báo cáo thường kỳ không khám phá được "âm mưu" phá trại giam hay âm mưu trốn trại hàng loạt thì không được.

Vì thế, chúng tôi không hề ngạc nhiên khi hàng năm, vào những dịp "lễ lớn" của chế độ như 30 Tháng Tư, hay 2 Tháng Chín, một số anh em chúng tôi thế nào cũng phải khăn gói quả mướp vào nằm trong biệt giam trước ngày lễ khoảng hai ngày.

Trong số những anh em vào biệt giam, họ bắt cả những thành phần hiền lành nhất trại. Nguyên tắc của ban quản trại ở trại lao cải trong kịch bản khủng bố là: "Một tên ăn trộm chạy vào khu chợ đông người thì tốt nhất là bắt cả chợ. Mâu thuẫn giữa người này và người kia trong hoàn cảnh bị giam cầm sẽ lòi ra những đầu mối để tìm ra tên trộm." Nguyên tắc vừa kể được viên trại trưởng A- 20 là Lê Đồng Vũ áp dụng triệt để, nhưng đòn này không linh nghiệm đối với phần đông anh em tù cải tạo ở đây. Lý do rất dễ hiểu: một khi người tù cải tạo ý thức được rằng "không an tâm cải tạo" và "an tâm cải tạo" thì đều bị đẩy vào tình trạng bế tắc, đó là lưu đày không có ngày ra thì tại sao lại phải an tâm cải tạo, cách gọi khác của nhóm từ "nín thở qua sông." Một bạn tù trẻ tuổi trong số anh em chúng tôi là N.Q.T nói: "Thật ra, trong cái rọ ở chốn rừng xanh núi đỏ như thế này, chống chúng nó rồi thì cũng đến thế thôi. Nhưng hãy cứ coi đây là trò vui chơi của mình mà trở thành thử thách đối với chúng. Cũng phải làm cho chúng mất ăn mất ngủ chứ, đâu cứ mãi mãi cúi đầu im lặng để chúng vo tròn bóp méo bọn mình thế nào tùy thích được. Cuối cùng, chúng ta dù không làm được gì nhưng không thể cúi đầu trước bạo lực."

Tôi chỉ được mở cùm và dẫn lên phòng thẩm cung tọa lạc ngoài khuôn viên trại vào ngày thứ 16 kể từ khi bị vào biệt giam trong xà lim. Vừa khát, mất ngủ, đói, hai nhượng chân tê cứng, tôi đã ngã quị ngay khi vừa bước ra khỏi cổng khu biệt giam. Tôi đòi uống nước nếu không trại sẽ phải cho người khênh tôi lên phòng thẩm cung. Biết rằng tôi đổ bựa, trực trại Luật ra lệnh cho trật tự lấy cho tôi một ca nước lạnh từ nhà bếp. Sau đó Luật còn cho gọi hai tù hình sự dìu tôi đi. Lên tới phòng thẩm cung tôi đã tỉnh dần và nhận ra người thẩm cung tôi không phải là Lê Đồng Vũ hay Lý "lé" mà là một người tôi chưa gặp bao giờ. Ông ta ngồi sau bản thẩm cung, không mặc đồng phục của công an mà ăn mặc theo lối cán bộ nhà nước: quần vải kaki mầu olive, áo sơ mi trắng vạt ngắn bỏ ngoài quần, dép lốp, cái túi xắc- cốt bằng da giả để trên bàn, không mang nón cối, tóc hoa râm cắt ngắn. Thấy hai tù hình sự dìu tôi vào, ông ta chỉ vào cái ghế để trước bàn thẩm cung. Trên bàn, ngoài cái xắc- cốt, còn hai món bày biện khác mà tôi thường thấy ở những nơi tôi bị thẩm cung, đó là một bao thuốc lá Điện Biên và một bộ đồ trà. Ông ta hỏi tôi, giọng "Bắc 1975":

- Anh bị ốm à, trại cấp thuốc gì chưa?

Có lẽ trong suốt cuộc đời tù đày dài dặc của tôi, đây là lần bị thẩm cung mà tôi nhớ nhất. Ca nước mà trực trại cho uống đã làm tôi tỉnh lại. Cho nên khi vừa nghe thấy lời đãi bôi của viên sĩ quan công an thẩm cung, cơn giận trong tôi bùng lên:

- Không, tôi không đau ốm gì cả. Tôi bị đưa vào biệt giam và bị cùm hai chân không được biết lý do. Mỗi bữa ăn tôi được cấp 5 lát khoai mì khô luộc, chan vào hai muỗng muối, nhưng chỉ được phát hai muỗng nước cho mỗi bữa ăn thì bảo sao thân thể tôi không như thế này. Tôi không khiếu nại gì về việc tôi bị cùm hai chân, cho ăn đói, nhưng tôi phản đối việc hành hạ tôi bằng cách rút phần nước uống một cách quá đáng như thế. Nội qui là do các ông viết ra chứ không phải anh em tù cải tạo chúng tôi viết. Chúng tôi không hề vi phạm nội qui mà chính ban quản trại ở đây đã vi phạm nội qui. Cán bộ cho phép tôi hỏi chứ?

Vừa nghe đến chữ "hỏi," người thẩm vấn tôi đứng bật dậy. Ông ta cố giữ bình tĩnh nhưng không thể che giấu được sự giận dữ trong đôi mắt chỉ ngón tay vào tôi:

- Anh là cải tạo hay tôi là cải tạo. Anh phải biết vị trí của mình chứ? Tôi là Hoàng Thanh ở ngoài trung ương (Hà Nội) vào trong chuyến đi thực địa và tìm hiểu. Bổn phận của anh là trả lời những câu tôi hỏi chứ không phải là anh được đưa ra đây hỏi tôi. Anh sẽ được uống nước đầy đủ trước khi chúng ta bắt đầu chuyện trò.

(Ghi chú: Hoàng Thanh có thể chỉ là bí danh của một sĩ quan công an làm nhiệm vụ thẩm vấn điều tra thuộc PA- 24 thuộc Bộ Công An, có chi nhánh tại Sài Gòn. Anh em trong trại trừng giới A- 20 không biết dựa vào nguồn tin nào mà kháo nhau đó là tướng Hoàng Thanh. Thực ra không ai biết được tên thật của ông ta, vì những thẩm vấn viên của công an trại giam không bao giờ cho biết tên thật và cấp hàm của họ).

Nói xong ông ta bỏ ra ngoài, khoảng 15 phút sau quay lại với một ca nước trên tay. Tôi hiểu việc ông ta đích thân đi lấy nước cho tôi là một đòn tâm lý. "Trò này không ăn thua gì đâu. Bọn bay là một lò như nhau cả," tôi nghĩ trong đầu như thế. Đợi tôi uống xong ca nước, viên sĩ quan thẩm vấn mới ngồi lại vào bàn. Ông ta nói:

- Hồi nãy anh muốn hỏi gì thì hỏi đi, nhưng phải nghiêm túc!

Chỉ chờ cơ hội này là tôi "phang" ngay, bởi không còn gì để mà phải sợ hãi:

- Tôi hỏi thật cán bộ. Cán bộ nghĩ sao khi cuộc chiến đã chấm dứt rồi, miền Nam đã thua trận, những sĩ quan từ cấp chuẩn úy trở lên, những công chức từ trưởng phòng trở lên đã khăn gói vào tù hết rồi mà những người chiến thắng vẫn còn sợ là sao chứ. Chúng tôi đã ở trong những cái rọ như thế này hơn 6 năm rồi, người nào cũng thân tàn ma dại, nhà tù thì ở chống rừng xanh núi đỏ một con kiến lọt ra khỏi trại giam này cũng không được, mà có lọt ra được thì sẽ sống ra làm sao, trốn sao được trước mạng lưới an ninh còn dầy hơn ở đây nữa? Tôi nói thẳng với cán bộ là chúng tôi thua trận nên người thắng muốn sinh sát ra sao cũng được, chúng tôi không hề ân hận vì công cuộc chống Cộng của mình. Trong một cuộc chiến tranh, có bên tấn công thì có bên chống lại. Chúng tôi là dân miền Nam là bên bị tấn công thì phải chống lại, chúng tôi không có lỗi gì cả đối với bất cứ người Việt Nam nào, nhưng đã ở bên thua thì không nói gì được nên đành nhẫn nhịn mà sống, ấy vậy mà cũng vẫn không yên. Cách hành hạ của ban quản trại đối với anh em chúng tôi ở đây là biến chúng tôi thành những con vật, nhưng không cho chết ngay mà để chúng tôi chết dần mòn. Khoan hồng mà nhà nước nói như kiểu này thì thà các ông đưa chúng tôi ra ngoài đồng, cho mỗi đứa một viên đạn như thế mới đúng là khoan hồng. Câu hỏi của tôi là liệu cán bộ có cho tôi làm đơn xin nhà nước đem tôi ra bắn bỏ không?

Hoàng Thanh, cứ tạm tin tên ông ta là như thế, đã gạt phăng:

- Nhiệm vụ của tôi không phải là nhận đơn xin ra pháp trường của anh. Anh là trại viên cải tạo, cải tạo tốt thì được trả về với gia đình, chưa tốt thì nhà nước để anh tiếp tục cải tạo. Còn chưa cải tạo tốt mà thả ra thì dân chúng bên ngoài không chấp nhận anh đâu!

- Cán bộ định nghĩa cho tôi xem thế nào là cải tạo tốt? Cải tạo đến bao giờ thì được gọi là tốt? Cải tạo mãi mà không tốt thì có được đem đi bắn hay là vẫn chung thân trong trại? Tôi mong mỏi cán bộ cho tôi một xác định rõ rệt!

Tôi nghĩ có lẽ Hồ Chí Minh có đội cái hòm kính trong lăng sống dậy cũng không thể trả lời cho đám hậu duệ này của ông ta được. Cho nên Hoàng Thanh cũng đành cho chạy lại "cuốn băng đã nhão" của kịch bản khủng bố:

- Cải tạo tốt hay không là tùy anh. Anh phải tự biết là anh đã tốt hay chưa. Cho nên ngày ra khỏi cổng trại giam này cũng tùy thuộc anh chứ không phải tùy thuộc trại giam. Trong trại mới xảy ra vụ các anh cướp súng trốn trại, rồi sau đó lại xảy ra những vụ viết khẩu hiệu, đình công, lãng công, tụ tập hát hò nói xấu chế độ, tổ chức cơm đoàn kết, nay lại có báo cáo các anh âm mưu phá trại giam, hủy hoại tài sản xã hội chủ nghĩa. Ở trong trại chắc anh biết mấy vụ này chứ? Ai là người lãnh đạo?

Tôi trả lời mà không cần phải đắn đo gì:

- Những vụ nào xảy ra công khai thì tôi cũng như những bạn đồng tù với tôi đều biết. Nhưng những vụ gọi là còn đang âm mưu thì đến ngay như các cán bộ trại giam này còn không biết thì làm sao tôi biết. Tôi là tù nhân. Việc khám phá ra những âm mưu là công việc của các cán bộ có trách nhiệm tại trại giam không phải trách nhiệm của tù nhân chúng tôi!

Cứ như thế, vụ thẩm cung trở thành một vụ tranh luận trong hơn một tiếng đồng hồ và một lần nữa nó là một minh chứng cho thấy ngay ở vào tình trạng thất thế nhất, một người tù nếu sẵn sàng chấp nhận một số phận xấu nhất cho mình thì sẽ không bao giờ còn phải sợ hãi trước bất cứ một áp lực nào. Một tù nhân vẫn còn ngại ngùng, sợ hãi vì vẫn tin vào điều kiện "phải cải tạo tốt để được về với gia đình" sẽ không bao giờ đứng được cho thẳng lưng trước cường quyền.

Cái Giá Của Ngộ Nhận

Khi đã bị đẩy vào sau cánh cổng nhà tù Cộng Sản, chỉ có một số rất nhỏ ở một trại từ đầu cho đến cuối mùa, còn phần đông đều bị chuyển trại cứ khoảng một đến hai năm một lần đi các trại khác, ngoại trừ tù cải tạo bị "tuyển lựa" lên các trại A- 20, A- 30 và A- 10. Khi phải đi qua nhiều trại cải tạo như vậy, các bạn tù khi gặp lại nhau ở trại mới thường hay hỏi thăm nhau tình hình sinh sống ở các trại khác. Có người nói trại này sống "thoải mái" hay "dễ thở" hơn, trại nọ "khắt khe, thù hận" nặng hơn vì các cán bộ quản trại đều là từ quê hương Nghệ An, Hà Tĩnh hay Đồng Hới. Nhưng theo tôi, khi đã bị buộc phải sống trong các trại cải tạo thì chẳng có trại nào dễ thở hơn trại nào. Dễ thở, thoải mái hay không là tự mình. Anh sợ sệt đủ thứ kỷ luật khắt khe mà cai tù đặt ra thì ở trại cải tạo nào cũng nghẹt thở cả. Còn nếu anh tự cho anh là người tự do thì trại nào cũng dễ thở cả!

Tôi muốn giải thích điểm này bằng những điều mắt thấy ở những trại lao cải mà tôi đã đi qua. Xương sống của chính sách đối với tù cải tạo trong chế độ Cộng Sản là "bóp bao tử" và làm cho người tù lúc nào cũng nuôi hy vọng "cải tạo tốt sẽ được thả." Đi tù, ăn đói triền miên, đau ốm không có thuốc nên đành phải kêu cứu gia đình lên thăm gặp và tiếp tế cho chồng, con, anh, em. Nhưng nên nhớ rằng, không phải tù cải tạo nào cũng được thăm gặp. Ban quản trại luôn lợi dụng thứ tình cảm thiêng liêng của gia đình tù cải tạo để làm áp lực thậm chí để trói tay chân tù cải tạo bằng sợi dây xích vô hình. Đòn cắt thăm gặp thường là hữu hiệu và trong những năm đầu tôi từng ngạc nhiên không hiểu tại sao có những bạn đồng tù với tôi bị rúng động thật sự khi họ có tên ra thăm gặp gia đình và nhưng lại trở vào trại ngay với cái vẻ mặt buồn bã thông báo với bạn bè là họ bị cắt thăm gặp 3- 6 tháng, thậm chí một năm. Nhưng vào những năm tháng sau này thì tôi hiểu. Các bạn đồng tù của tôi phần lớn là những cựu sĩ quan hay công chức còn rất trẻ, ít có người quá 30. Sự thất trận và miền Nam Việt Nam rơi vào tay Cộng Sản khiến những người vợ của họ đang ở độ tuổi thanh xuân, tình yêu còn đang nồng cháy, nhiều cặp vợ chồng còn chưa kịp có con. Cho nên, nói gì thì nói, được ra thăm gặp vợ con, dù chỉ 15- 30 phút cũng là hạnh phúc lớn đối với họ rồi. Vợ chồng một người bạn tù gặp tôi lại ở Mỹ năm 1993, đi ăn với nhau một bữa cơm ở Little Saigon cũng đã ôn lại chuyện đời tù trong đó có những lần anh bị cắt thăm gặp.

Vợ của bạn tôi xác nhận: "Những lần đó em buồn lắm. Anh ấy có thể buồn ít nhưng em thì buồn nhiều. Việc tần tảo nuôi con em không kể số gì. Không nói ra thì anh cũng hiểu rồi. Xã hội mà em đang sống lúc đó có nhiều đổi thay và cạm bẫy lắm. Quà thăm nuôi thì em cũng chỉ sắm sửa được cho anh ấy trong khiêm tốn thôi, nhưng điều quan trọng là được nhìn thấy anh ấy hàng tháng. Những lần như thế giúp em thêm nghị lực để vượt qua cạm bẫy."

Tôi đã từng có cơ hội được đọc những câu chuyện của người vợ tù do những nhân chứng viết ra trong một vài cuộc thi viết trên một tờ báo Việt ngữ ở Little Saigon này. Có câu chuyện đọc không thấy xúc động vì hình ảnh người vợ tù cải tạo đã được mô tả thành hình ảnh của những nữ anh thư nước Việt. Nhưng đa số những câu chuyện gây được sự cảm động và phần lớn những bài viết thuộc loại này mô tả những người vợ tù cải tạo bình thường như câu chuyện của vợ bạn tôi. Chúng thường tạo được cảm tình người đọc vì đó là những câu chuyện đời thường, vì chúng không bị vẽ vời thêm hoa lá cành và vì chúng không "bị" mang theo những hình ảnh của Bùi Thị Xuân hay Sương Nguyệt Ánh. Hình ảnh bi hùng tráng nhất của người phụ nữ Việt Nam vào giai đoạn gió bụi sau 30 tháng Tư, 1975 là khi những người đàn ông đã vắng bóng trong gia đình, tất cả những người vợ lính, vợ công chức chân yếu tay mềm chưa một lần nào biết buôn bán là gì đã túa xuống đường phố buôn gánh bán bưng hay lao động chân tay để cứu gia đình họ khi mọi thứ trong nhà đã đi ra chợ trời hết. Họ nuôi chồng, cha trong lao tù, nuôi những đàn con còn thơ ấu trong thời gian biền biệt mà không biết than thở cùng ai. Phải nói đó là những anh hùng hơn cả những anh hùng từng một thời vào sinh ra tử huy chương đầy ngực.

Qua nhiều câu chuyện trao đổi khi đi tù về, tôi nhận thấy rằng mộng bình thường của những người vợ tù, mẹ tù là sao cho có thể gặp chồng hay con cái họ hàng tháng hay hàng ba tháng một mà không gặp trở ngại nào. Lòng mong muốn của họ là làm sao chồng, con có thể về sớm để tránh bớt được cảnh khổ trong chốn lao tù và giúp họ thêm một cánh tay vào cuộc tranh sống trong xã hội nghèo đói, bị áp bức và tan nát ấy. Thông minh, khôn khéo, nhẫn nhục, nhìn mục tiêu ở tầm mắt thực dụng gần nhất và đo được những mục tiêu cho tương lai con cái mình chính là những điều đáng kể nhất trong giai đoạn lịch sử đầy gió cát sau 1975.

Có hai điều làm cho tù cải tạo chúng tôi phục nhất ở người phụ nữ Việt Nam vào giai đoạn ấy. Thứ nhất, sống cực nhọc như thế mà họ vẫn dành dụm có khi là vài lượng vàng để cho con cái hay chồng đi tù trở về vượt biên. Thứ hai là sự cương quyết và đầy nghị lực khi họ vào thăm chồng lần chót trong tù để thông báo quyết định mang con vượt biển. Thực ra, tôi không đủ ngôn ngữ để mô tả phản ứng của các bạn tù của tôi trong trại ở vào hoàn cảnh vừa rồi. Họ xách giỏ quà từ ngoài nhà thăm nuôi vào với nét mặt vui không ra vui và buồn cũng chẳng ra buồn. Bạn bè nhiều khi xúm lại hỏi xem có gì "hồ hởi" không? (Trong trại giam, chúng tôi thường dùng từ ngữ "hồ hởi" để thay cho câu hỏi: "Có hot news không mày" hay "Có biến chuyển gì ở bên ngoài không mày"). Bạn tôi lắc đầu và chìa gói thuốc lào ra mời. Buổi tối, tập trung vài bạn thân nhất trong tù dùng bữa cơm có được chút thịt, cá nó mới chậm rãi báo tin với nhiều ưu tư: "Vợ tao thăm tao lần chót. Nó xách thằng con trai tao vượt biên, không biết có thoát được không hay là lại nuôi cá thôi. Tao lo là lo như vậy, còn bọn mình tù mút chỉ cà tha như thế này thì cũng coi như chết rồi. Vợ tao còn trẻ, dĩ nhiên tới Mỹ được thì nó cũng phải có gia đình khác để nuôi con. Tụi mày cùng tao giúp tao cầu nguyện cho vợ con tao. Nó mà thoát được thì ngày mai tao ra Đồi Thông cũng vui rồi."

Một vài bạn tù của tôi "có tin vui giữa giờ tuyệt vọng" *(Ghi chú: Tôi mạn phép dùng đầu đề của một tác phẩm của nhạc sĩ Trầm Tử Thiêng)*, nhưng có bạn trong lần thăm nuôi sau, cầm giỏ quà vào tới trại là nằm vật xuống sàn ngủ khóc nức nở. Những hình ảnh này, chỉ có những ai trải qua những năm tháng trong nhà tù Cộng Sản vào giai đoạn đen tối nhất mới thấy được một khía cạnh khác của làn sóng vượt biển. Không một đất nước nào trên thế giới này mà cảnh chia ly giữa vợ chồng, giữa bố mẹ và con cái nếu mà nếu "thành công" thì lại là một điều mừng rỡ đối với những người tù cải tạo chúng tôi vào giai đoạn ấy.

Lồng trong bối cảnh tù đày này, còn có những khối màu u ám của những lần thăm nuôi chỉ để bố mẹ khuyến cáo con hay vợ khuyến cáo chồng: "Này nhé, đây có thể là lần thăm chót nếu anh ăn ở trong trại không đàng hoàng đến nỗi tai tiếng bay cả ra bên ngoài. Từ lần sau, em chỉ gởi quà qua bưu điện." Năm 1990, tôi đến ăn cơm tối nhà một bạn tù được thả từ trại tù Nam Hàn (Bắc phần) trước tôi một năm. Trong câu chuyện vui gia đình, vợ của P.T.Đ nói: "Các anh ở trong tù, cơm bưng nước rót (cơm tù), dù có đói nhưng không phải lo toan đủ thứ như tụi em. Kiếm được gạo ngày hôm nay, nhưng không biết bữa mai ra sao. Tuy nhiên, đói khổ nào tụi em cũng chịu được, nhưng tụi em không thể chịu được nếu bạn bè anh ấy ở tù về chê trách cách sống không đàng hoàng của anh ấy trong trại." Tôi thông cảm với những ưu tư của người vợ tù cải tạo này, nhưng mặt khác tôi biết rằng trong môi trường tù đày và trong một số trường hợp nhất định, dư luận trong tù cũng không được chính trực. Một người nói, rồi truyền tai nhau trong khi cũng không ai chịu phối kiểm đã biến một người mà nguồn tin loan truyền không thích thành một anh chàng tư cách không ra gì, thậm chí là một anh chàng phản bội làm tay sai cho đám cán bộ trại giam.

Thời còn bị lao cải ở trại Hàm Tân Z- 30C, tôi từng chứng kiến hoàn cảnh một cựu dân biểu VNCH bị cáo gian chỉ vì người nằm cách ông vài chiếu ghét ông ta. Vốn là người giàu có và là chủ một nhà hàng khách sạn nổi tiếng trước 1975 tại Sài Gòn, quà thăm gặp của ông có phần bề thế. Người tố cáo ông cựu dân biểu này viết đơn lên ban quản trại nói rằng ông manh động giúp phương tiện cho tù cải tạo trốn trại sau vụ các cựu sĩ quan M.B.T,

K.B.L và N.T.T vượt trại thành công chắc có lẽ cũng muốn người cựu dân biểu này phải là một xì thẩu hào phóng, nhưng thực tế đã ngược lại nên anh ta thất vọng mới đi tố bậy. Trường hợp thứ hai là chuyện của hồi chánh viên Huỳnh Cự. Ông Cự là một trong vài cán bộ chánh trị cao cấp của Cộng Sản về hồi chánh và sau đó giữ tới chức Tham Nghị trong Bộ Chiêu Hồi VNCH. Sau 1975, cả Bộ trưởng Hồ Văn Châm lẫn tham nghị của ông là Huỳnh Cự đều vô tù. Vào tù, ông Cự lại giữ công việc đội trưởng. Nhiều anh em vốn ghét hành vi không đàng hoàng của một số người chiêu hồi khác phần đông tập trung trong đội đan lát nên sự ngộ nhận đối với hồi chánh viên Huỳnh Cự gia tăng. Nhưng chưa một anh em nào từng sống chung trong tù với Huỳnh Cự có thể đưa ra những chứng cớ là Huỳnh Cự lợi dụng chức đội trưởng để hành hạ anh em, báo cáo để anh em bị trừng phạt trong biệt giam. Nhưng tôi và những người khác trong xà lim của khu biệt giam A- 20 đã là nhân chứng đêm của Mùa Hè 1982 khi hồi chánh viên Huỳnh Cự bị đưa vào đây. Đêm đó trời nóng nực, muỗi hành hạ, lại cộng thêm khát nước, có lẽ không ai ngủ được. Trại trưởng Lê Đồng Vũ và an ninh trại Lý "lé" đích thân giải giao Huỳnh Cự vào. Có tiếng Lý "lé":

- Mày ra chiêu hồi theo địch phản Đảng phải không?

Huỳnh Cự trả lời đặc sệt giọng Quảng:

- Vâng, đúng thế. Nhưng tôi yêu cầu cán bộ không được mày tao với tôi. Luật lệ trại giam là tôi gọi anh là cán bộ và ngược lại cán bộ phải gọi tôi là anh. Tuổi cán bộ chỉ bằng tuổi con trai của tôi thôi.

Lê Đồng Vũ xen vô giọng nhừa nhựa như một tên say:

- Vào đây là phải cải tạo thôi, không chống lại được đâu. Nhà nước khoan hồng lắm rồi mới không đem anh ra bắn!

Và chúng tôi rất ngạc nhiên, ông Huỳnh Cự trả lời bình thản:

- Lẽ ra đem tôi ra bắn ở cầu Bình Triệu thì mới là khoan hồng. Nhà nước nhốt tôi vào trại cải tạo thì cứ nhốt. Nhưng giữa tôi và cán bộ có những suy nghĩ khác nhau về công và tội với đất nước nên hãy để cho lịch sử phán xét!

Tôi không biết Huỳnh Cự bị đẩy vào chuồng cọp vì lý do gì và ông đã nói những gì với chấp pháp (sĩ quan thẩm cung), nhưng tôi nghĩ người đã dám đối thoại thẳng thừng với viên trại trưởng thâm hiểm và hét ra lửa như Lê Đồng Vũ ở chốn rừng xanh núi đỏ người ngoài không biết tới này phải là một người có nhân cách và tư cách. Truyền thông theo kiểu tin đồn, dựng đứng, chế biến, thêm thắt không chứng cớ hay cắt xén gán ghép là điều dễ làm và rẻ tiền nhất trong tù. Nhưng nói được một sự thật, bao giờ cũng có cái giá phải trả. Nếu tôi không bị nằm chuồng cọp lâu dài, chắc cũng không thể nào tin là hồi chánh viên Huỳnh Cự lại có thể nói một những câu khẳng khái như thế.

Những Nhân Cách Đáng Quý

Có bị vào chuồng cọp một thời gian đủ lâu mới có thể hiểu được thực chất của một số người tù cải tạo như thế nào trong hoàn cảnh khó khăn. Thời chiến khi còn phải đảm nhận nhiệm vụ của một phóng viên chiến trường, còn gọi là phóng viên mặt trận, tôi hiểu rất rõ lý do tại sao mà những người lính chiến thường đánh giá những thử thách mà họ phải đương đầu bằng một câu nói: "Có đụng trận thì mới biết ai hay, ai dở và ai hùng, ai hèn." Vào tù cải tạo, quan điểm này vẫn còn giá trị. Và quả thật, có vào trong tù mới biết trong số anh em ta, không thiếu những kẻ "miệng hùm, gan sứa" và cũng rất nhiều người "miệng sứa, gan hùm." Chúng tôi dùng động từ "đụng trận" ở trại A- 20 Xuân Phước để chỉ việc tạo ra những hành động chống đối chế độ hay chống đối nhà tù và do những điều này mà người tù cải tạo bị trừng phạt bằng hình thức cùm hai chân trong xà lim. Khi vào biệt giam rồi, nghĩa là đụng trận rồi và phải đương đầu với chế độ khắt khe về ăn, uống, bài tiết thì chỉ một vài tháng sau là chúng tôi có thể đánh giá sức chịu đựng của từng người không có gì khó khăn.

N.Đ.Q, một thẩm sát viên CSQG, khi còn ở ngoài trại tập thể là một "vua" về "hot news" mà tin nào anh đưa ra cũng là những tin động trời cả, nghĩa là những tin mà chỉ có là tổng bí thư CSVN hay đảng cộng sản Trung Hoa mới biết được mà thôi. Vốn là người đọc sách nhiều và có trí nhớ rất tốt nên trong phòng giam anh là người điểm lại những cuốn sách mà anh đã đọc với một lối kể chuyện khá hấp dẫn. Bị ăng- ten báo cáo, rồi bị gọi đi thẩm cung và sau buổi thẩm cung anh bị dẫn thẳng vào xà lim số 1, nhưng chỉ bị cùm một chân. Trong khoảng nửa năm bị cùm, anh Q. vẫn giữ vai trò kể chuyện cho những tù nhân trong các xà lim khác nghe vào lúc đêm khuya, dù phải nói thật chậm.

Anh có cái tật là hay thông báo với anh em tình trạng cái cổ chân của anh bị chiếc cùm nhỏ quá làm trầy xát da và bị nhiễm độc. Có một lần anh Q. báo với chúng tôi là chiếc cùm ngày một rộng ra mà thực tế là do chân anh bị teo dần do thiếu ăn và nước uống, cổ chân bị nhỏ đi nhưng anh lại "khôi hài đen" bằng cách nói vòng cùm ở cổ chân mình tự nhiên rộng ra. Khi loan báo tin này vào khoảng nửa khuya, anh không ngờ tên vệ binh súng dài đi tuần ở ngoài nghe thấy la toáng lên: "A, ghê thật, tụi bay tính phá cùm trốn trại phải không. Chờ đấy, (chửi thề)... ông đi lấy khóa mở cửa để cho mày cái cùm nhỏ hơn."

Chỉ dọa vậy thôi, chứ chúng tôi biết vào giờ đó, dễ dầu gì có thể yêu cầu trực trại mở cổng khu biệt giam. Tuy nhiên, sáng hôm sau, khi trực trại Luật mở cửa các xà lim điểm số, anh ta sai trật tự choàng thêm một vòng cùm khác ở chân bên trái của Q. và từ sáng hôm đó cho đến một tháng sau anh "thưởng thức" chế độ 2 muỗng cơm, 2 muỗng nước và 2 muỗng nước muối. Nhưng cái đáng quí ở N.Đ.Q là buổi trưa anh bị trại trưởng gọi ra để thẩm cung. Khi bị dẫn vào lại biệt giam, trại trưởng hỏi: "Thế anh đã chừa chưa?" Q. hỏi lại: "Chừa gì cán bộ?" "Chừa cái thói bố láo, nói xấu nhà nước," trại trưởng Lê Đồng Vũ "phán" như vậy với giọng xấc xược. Q. cũng không vừa, anh chậm rãi giải thích với giọng còn nặng quê hương Bình Định: "Tôi chỉ báo cho những anh em cùng tình trạng như tôi tin mừng là cổ chân của tôi teo lại vì được tẩm bổ quá đáng chứ có gì mà bảo tôi nói xấu chế độ." Lê Đồng Vũ nổi đóa: "Tôi cắt lưỡi anh bây giờ, vào đây mà còn bẻ gậy chống trời. Cứ nằm đấy nghỉ mát, sức anh còn khỏe lắm đấy." Cái thói mỉa mai của Lê Đồng Vũ luôn là như thế, nhưng điều mà tôi phục N.Đ.Q là anh nói thẳng: "Đâu có sao cán bộ, nằm đây thì khỏi phải lao động thôi." Quả thật, không vào biệt giam, không bị thử thách thì cũng khó xét đoán được tư chất một con người. Biệt giam là cái thế giới đặc biệt, nơi con người bị tước bỏ tất cả mọi thứ một cách dễ dàng, kể cả quyền sống. Họa chăng người tù cải tạo chỉ còn giữ lại được nhân cách. Nếu đánh mất nhân cách trong hoàn cảnh này, người tù ấy chỉ còn là cái xác chết chưa kịp chôn mà thôi.

Người ở biệt giam số 4 ngay sát xà lim tôi nằm là một tu sĩ Công Giáo còn rất trẻ tên là Nguyễn Luân. Ngài được thụ phong linh mục năm 1973 lúc mới ngoài 30. Theo chính lời vị tu sĩ này, đang làm việc đạo tại giáo phận Phan Thiết cho đến một năm sau ngày 30 tháng Tư, 1975, thì ngài bị bắt vì một đơn tố cáo ngài có liên hệ trong vụ nhà thờ Vinh Sơn. Đầu tiên, vẫn theo lời vị thừa sai trẻ tuổi, chính quyền địa phương không điều tra gì về lời tố cáo trên và đưa ngài vào một trại tù ở Sông Mao, sau đó họ đưa ngài lên biệt giam ở khu biệt giam Phân Trại B của trại A- 20. Năm 1980, ngài bị đưa vào xà lim 4 khu biệt giam của Phân Trại E thuộc trại A- 20 trước khi tôi bị đẩy vào xà lim số 5.

Trong suốt thời gian hơn 4 năm trong xà lim ở phân trại E, tôi liên lạc với Linh mục Luân hàng ngày. Sức khỏe ngài rất kém vì bị suyễn nặng.

Thuốc suyễn của gia đình gởi vào cho ngài qua đường bưu điện bị giữ lại ở bệnh xá trại. Mỗi lần ngài lên cơn suyễn nghiêm trọng, tôi hoặc một vài anh em khác thường phải đập cửa báo cáo cấp cứu giùm vì ngài không còn sức kêu cứu. Nếu may mắn viên trung úy y sĩ trưởng bệnh xá đi tìm trực trại để mở cửa bệnh xá thì Linh mục Luân còn nhận được thuốc suyễn, nếu không thì ngài đành chịu trận cho tới giờ phát cơm chiều. Nhưng nếu phải kêu cấp vào ban đêm thì vô phương.

Mỗi lần như thế khi cửa biệt giam 4 được mở ra, chúng tôi có thể nghe thấy hơi thở ngài khò khè, nghẹn tắc giống như một con gà bị cắt tiết.

Đau, nhục, bất lực như nhận chìm chúng tôi trong những cái chuồng nhỏ trong rừng sâu mà thế giới bên ngoài vào lúc đó không hề biết tới. Tôi có cảm tưởng bọn cai tù thích nhìn thấy người tu sĩ trẻ tuổi bị hành hạ vì căn bệnh nan y của ngài và chúng góp thêm vào sự hành hạ của bệnh tật bằng cách giữ lại thuốc của gia đình người tù gởi vào và chỉ cấp nhỏ giọt cho người mang bệnh kinh niên như Linh mục Luân.

Ngoài ra, những căn xà lim ẩm thấp, thiếu vệ sinh như biệt giam ở trại A-20 là những thứ vũ khí dễ lấy đi mạng sống của những người bị bệnh về đường hô hấp. Ấy vậy mà mỗi khi trại trưởng Lê Đồng Vũ vào kiểm tra khu biệt giam, hắn luôn dùng lời lẽ chế diễu tình hình sức khỏe ngày một tồi tệ nơi ngài. Vũ thường mỉa mai:

- Thế nào anh Luân, mọi chuyện giấu diếm của anh đều ổn thỏa cả chứ, nhưng trông anh còn khỏe lắm, phải khỏe thôi anh ạ vì anh còn nằm ở đây lâu đấy!

Những lần như thế, chúng tôi có cảm tưởng rằng Linh mục Luân bỗng như đến từ một thế giới khác. Giọng của ngài không còn thều thào, khàn khàn do đờm và nước dãi lúc nào cũng đầy trong cổ họng. Ngài trả lời gọn gàng, dứt khoát, không giận dữ nhưng cũng không sợ hãi:

- Thưa cán bộ, ông nói quá đấy thôi. Nhưng so với các ông và với chế độ này, anh em chúng tôi lúc nào cũng mạnh. Bởi vì nếu chúng tôi không mạnh thì các ông đâu có sợ mà phải nhốt chúng tôi như thế này. Chính các ông mới là người yếu và lúc nào cũng sợ hãi chứ không phải chúng tôi!

Trước con người "mạnh ở cái đầu" như Linh mục Luân, viên trại trưởng Lê Đồng Vũ chỉ còn cách trừng phạt ngài bằng cách không cho trật tự mang đi đổ cái thùng cầu trong buồng giam đã quá đầy và đã tràn ra ngoài. Vào cuối mùa Hè 1983, Linh mục Nguyễn Luân vướng phải bệnh kiết lỵ. Thuốc của bệnh xá chỉ là xuyên tâm liên hay vỏ măng cụt, lá ổi tất không thể ngăn vị tu sĩ trẻ này bắt đầu đi tiêu ra máu. Tất cả các phòng biệt giam không ai có thuốc ngoại trừ Đ.B.P, một trong những cựu đại đội trưởng Tiểu Đoàn 7 Nhảy Dù. (Anh vào biệt giam sau tôi một năm rưỡi vì bị ăng- ten báo cáo chuẩn bị trốn trại và kích động tù cải tạo nổi loạn, tổ chức hát tù ca). P. bị biệt giam ở xà lim 9, một xà lim mà theo lời Linh mục Nguyễn Văn Vàng lúc đó nằm ở xà lim 10 cho biết từ trước đến nay chưa có "khách trọ." Khi tôi liên lạc thì P. cho biết "thuốc" anh giấu trong hậu môn không hẳn là thuốc mà là những miếng bông nhỏ vo tròn bằng đầu đũa, có tẩm cặn của những chai thuốc streptomycine trị lao phổi mà anh xin được của bệnh xá thời gian trước khi bị biệt giam. Sau này khi gặp nhau lại ở Mỹ, P. nói với tôi: "Mày biết rồi, trước khi vào biệt giam, chúng khám người rất kỹ, nắn từng gấu áo. Nhưng tao có một cách giấu tối tân hơn. Đó là giấu ở trong hậu môn. Mấy viên bông tẩm streptomycine đó tạo gói lại bằng bao nhựa chỉ lớn bằng đầu đũa, thấm một chút nước bọt là có thể đưa vào trong hậu môn dễ dàng. Khi đi cầu thì lấy ra, bình thường thì lại nhét vô chẳng chết thằng Tây nào đâu. Khi bị thẩm cung sang đến ngày thứ hai, tao đoán thế nào chúng cũng nhốt mình vào biệt giam nên chuẩn bị trước."

Nhưng tại sao Streptomycine lại có thể ngăn được đi tiêu ra máu thì chính chúng tôi cũng không hiểu. Hồi ở trại Hàm Tân Z- 30C, Bác sĩ L.T. Dung đã chỉ mánh này và khi đến các trại khác gặp một số bạn đồng tù đã trải qua việc dùng cách nói trên mách bảo lại. Chính tôi cũng đã dùng một vài lần ở Hàm Tân và thấy nó có hiệu quả. Dĩ nhiên, đây là phương thức không được y khoa công nhận, nhưng vào những lúc nguy khốn như thế thì cần gì y khoa công nhận chứ? Làm sao sống sót cái đã, phản ứng phụ hay hậu quả tính sau. Nhưng làm cách nào bạn tôi Đ.B.P. có thể chuyển thuốc cho linh mục Luân được? Từ 4 đến 9 cách nhau tới 5 xà lim, một đoạn đường quá xa!

Ngồi ôm trán, tôi nhớ lại thời gian nằm biệt giam ở khu ED nhà tù Chí Hòa khi bị đưa về từ biệt giam trại B- 5 Tân Hiệp, Biên Hòa năm 1976. Thời gian đó tôi chứng kiến được cảnh tiếp tế thuốc lào của một vài người tù hình sự cho một số tù chính trị bị nhốt tại các phòng biệt giam tập thể gồm từng nhóm 2 hay 3 người trong cùng một phòng. Biệt giam ở nhà tù Chí Hòa thì không bị cùm chân ngoại trừ những tù phạm tội giết người. Những thành phần này bị nhốt riêng, và chân luôn được xích với một quả tạ nặng khoảng 500 pounds hoặc những thành phần tù chính trị, tù cải tạo bị "theo dõi đặc biệt." Kỹ thuật chuyển tiếp tế giữa các phòng biệt giam với nhau không có gì khó khăn cả. Cái khó khăn duy nhất là cần có vật liệu để làm dụng cụ: một vật gì đó nhỏ nhưng đủ nặng và những sợi dây nhỏ cũng phải bền. Người ở nơi gởi dùng sợi dây đủ dài, một đầu buộc vào vật nặng cùng món hàng muốn gởi đi thật chắc chắn, bởi vì một khi "hàng" tuột khỏi giây văng ra trên hành lang, bọn cai tù kiểm soát cứ hai giờ một lần thấy hàng gởi nằm lăn lóc trên mặt sàn hàng lang sẽ làm toáng lên và truy ra cho bằng được thủ phạm bằng cách đánh đập, tra tấn những thành phần khả nghi, nên có khi cả khu biệt giam bị vạ lây. Ngoài ra, người gởi phải có con mắt ước tính tương đối chính xác để khi thò tay ra cửa tò vò ném món hàng đi thì nó phải đáp xuống ngay trước cửa xà lim nơi nhận trong khi nó vẫn được nối liền với với sợi dây dài từ nơi gởi. Người nhận cũng sẽ dùng một sợi dây tương tự buộc chặt với một vật đủ nặng. Do không bị cùm chân nên người nhận dùng mắt quan sát qua cửa tò vò và có thể định được vị trí món hàng mình muốn nhận. Người nhận sẽ quăng sợi dây sao cho vật nặng ở đầu dây rơi xuống nằm chéo với sợi dây gởi hàng. Anh ta phải khéo léo kéo từ từ để cho hai vật nặng ở hai đầu dây mắc vào nhau và phải kéo vào sát cửa rồi mới kéo nâng lên cửa tò vò. Cách chuyển hàng như vậy không phải dễ thành công, phải làm năm lần bảy lượt may ra mới đạt mục tiêu.

Cho nên, suốt thời gian hơn một năm nằm biệt giam ở Chí Hòa, hàng ngày tôi chứng kiến và nghe những thuật ngữ pháo binh như: "Hai tràng đạn khói" (hai bi thuốc lào), "Hai tràng đạn nổ" (hai tán đường), "Nhận 5" (biết rồi, sẵn sàng), "Kiểm soát mục tiêu" (thành công hay thất bại để bên gởi kéo dây về hay phải gởi lại). Nhưng cũng có trường hợp đám cai tù lặng lẽ đi rón rén vào hành lang khu biệt giam ngồi rình. Khi người gởi vừa nói "đạn đi" thì tên cai tù nhón ngay món hàng và lần theo sợi dây đến xà lim người nhận và hét tướng lên: "Hai tràng đạn nổ hả, ông sẽ cho mày hai cục đạn 500 kí lô xem mày có đi được không nào." Thế là sợi dây xích khóa cửa xà lim kêu lên loảng xoảng. Cả người gởi lẫn người nhận bị ăn một trận đòn thừa sống thiếu chết và hai chân phải mang hai cục sắt nặng 500 kí lô với sợi dây xích ngắn ngủn. Đó là ở biệt giam Chí Hòa. Còn ở biệt giam A- 20, việc tiếp tế "thuốc" kiết lỵ cho Linh mục Luân khó khăn gấp nhiều lần. Tại sao?

Sức Mạnh Từ Niềm Tin hay Phép Lạ?

Điều khó khăn trong việc tiếp tế thuốc kiết ly cho Linh Mục Nguyễn Luân là do sức khỏe của ngài đã rất mong manh. Tuy chỉ bị cùm chân phải ở bệ nằm bên phải của xà lim số 4, có nghĩa là nếu còn sức và đầu gối còn chắc, ngài có thể lựa thế đứng bằng chân trái và chân phải bị cùm bị xoải ra tối đa và từ thế đứng như thế ngài có thể nhìn ra ngoài qua lỗ tò vò trên cửa biệt giam để ném ra một sợi dây có buộc một vật đủ nặng để kéo "hàng" lên cửa tò vò. Chờ đến đêm, tôi gõ tường để lên tiếng với Linh Mục Luân và đặt danh hiệu truyền tin cho ngài là Lima. Ngài cho biết không thể đứng lên lâu được, tối đa là 5 phút theo ước lượng và đồng thời vị tu sĩ cũng bảo đảm là có thể xe được một sợi dây dài vài thước từ một bao cát bằng nylon đang được sử dụng để nhồi tất cả tư trang vào làm gối sẽ được nối một đầu với một chiếc trong đôi dép Nhật bằng cao su ngài được mang vào biệt giam.

Như vậy, nếu bạn tù Đ.B.P. ở xà lim số 9 chuyển cho xà lim số 7 và người tử xà lim 7 chuyển cho tôi, tôi chuyển cho số Lima ở xà lim số 4 là có thể an toàn hơn. Tôi liên lạc với số 9 dễ dàng, nhưng số 7 nhất định không lên tiếng. Nhưng do có lẽ nằm yên nghe câu chuyện liên lạc tương trợ giữa chúng tôi với nhau khá cảm động nên khoảng 5 giờ sáng thì người ở xà lim 7 lên tiếng cho biết có thể giúp đỡ chúng tôi. Anh tự chọn danh hiệu là Non Nước- Hồng Hà- Oanh Liệt, là tù hình sự làm việc trong tổ chăn bò và trâu bị đưa vào biệt giam vì liên hệ linh tinh với dân khu kinh tế mới để gởi thư chui ra ngoài cho các bạn đồng tù. Giải quyết xong trạm chuyển tiếp này thì sáng hôm sau tôi cũng phải làm gấp một sợi dây bằng cách xe lại những sợi dây rút ra từ bộ quần áo may bằng bao cát của tôi và nối nó vào một chiếc dép trong đôi dép lốp do tôi tự làm và mang nó từ trại Hàm Tân Z- 30C lên.

(Ghi chú: Dép lốp còn gọi là dép râu, một loại dép mà bộ đội Việt Cộng hay mang. Năm đầu, khi được trại cấp phát loại dép râu nội địa [có loại do Trung Cộng chế tạo], anh em nào cũng vất đi không ai chịu mang. Mà nếu có một bạn tù nào mang chúng thì lập tức sẽ bị chế diễu: Mày coi chừng ra ngoài bị bắn lầm đấy! Ý muốn nói rằng bên ngoài phe ta đang trường kỳ kháng chiến, anh nào đi dép râu ra ngoài họ tưởng mình là bộ đội Cộng Sản thì sẽ lãnh đủ, ráng chịu. Nhưng chỉ bước vào

năm thứ ba của đời tù đày, một số anh em tù cải tạo đã bỏ
những tự ái này vì nó không thực tế. Làm lao động ở ngoài
nương rẫy trong rừng sâu, không đôi giày nhà binh nào, kể cả
giày map của Mỹ là còn nguyên vẹn. Chúng rách nát cũng như
thân thể bị lưu đày của người tù cải tạo vậy. Nhiều gia đình
cũng tiếp tế cho chồng con đủ thứ giày vải, nhưng nếu chỉ từ 3
đến 6 tháng là cần một đôi khác thì không phải gia đình nào
cũng chịu nổi. Cuối cùng dép râu trở nên phổ biến trong số
những người tù khổ sai như chúng tôi. Nhà văn Đỗ Tấn Xuân,
một bạn vong niên trong ngành truyền thanh cho tôi hai miếng
đế dép râu cũ khi còn ở Z- 30C và tôi nhờ các anh em tù hình sự
kiếm cho mấy quai dép bằng lốp xe máy cày hay xe tải cho bền.
Nó thay thế cho đôi giày vải bằng bố đen của tôi rách không còn
cách nào vá lại).

Khoảng 5 giờ sáng hôm sau, trước giờ điểm số biệt
giam một giờ, tôi liên lạc với 9, 7 và 4 để xem mọi thứ đã
sẵn sàng chưa. Nhưng Đ.B.P. không biết lấy gì để làm vật
nặng (chúng tôi gọi đùa là warhead = đầu đạn hạt nhân).
Tôi hỏi 9: "Phú Quốc- Hồng Hà có ca đựng nước không?
Lấy ra làm tạm warhead vậy, nhưng nhẹ nhàng thôi, bể ca
nước là Phú Quốc Hồng Hà nhịn uống luôn đấy." Chúng
tôi quyết định chuyển thuốc cho vị tu sĩ Công Giáo trẻ tuổi
này vào sau giờ phát cơm trưa là an toàn, vì giờ trưa, sau
khi phát cơm tù là từ trực trại cho đến vệ binh cũng phải
kéo nhau lên nhà ăn. Chúng tôi có một giờ đồng hồ để
"phóng đầu đạn." Và như thế, Đ.B.P hay Phú Quốc- Hồng
Hà phải uống phần nước ít ỏi của mình ngay sau giờ phát
cơm trước khi dùng ca nhựa làm "đầu đạn" chuyển hàng.

Phú Quốc- Hồng Hà cho biết không cần bàn cãi về chuyện ấy vì chuyện chuyển thuốc cho Lima không thể chậm trễ. Nói thì dễ, nhưng khi khởi sự thì mới thấy nó khó khăn chừng nào. Phải mất đến hơn 10 lần Phú Quốc- Hồng Hà mới quăng được chiếc ca nhựa có mang theo những viên bông tẩm streptomycine vào ngay trước cửa xà lim 7. Người tù hình sự Non Nước- Hồng Hà- Oanh Liệt tỏ ra rất thông thạo trong việc chuyển hàng trong xà lim nên việc anh lấy hàng lên để chuyển cho tôi không có gì khó khăn và chỉ mất không đầy 2 phút. Tôi nhận hàng từ xà lim 7 chỉ vài phút sau đó. Cái "đầu đạn" của Non Nước- Hồng Hà- Oanh Liệt là một chiếc muỗng đẽo bằng gỗ cẩm lai nên có sức nặng vừa đủ để có thể rơi chính xác trước cửa xà lim 5 của tôi, nhưng nó lại nằm ở quá sát cửa nên khó dùng sợi dây có buộc chiếc dép râu của tôi để trục hàng lên được. Tôi thử vài lần đều thất bại thì chợt nghĩ đến chiếc quai xách của thùng nước tiểu. Việc tháo chiếc quai ra khỏi miệng thùng không có gì khó khăn. Tôi uốn chiếc quai thùng thành cái móc để có thể đưa nó qua khe hở giữa cánh cửa và mặt sàn để kéo hàng vào được. Vấn đề là phải chùng người xuống, đầu gối trái quì xuống mặt sàn và như thế chiếc cùm ở chân phải xiết vào cổ chân có thể khiến tôi rất đau, có thể trầy da và nhiễm trùng. Tuy nhiên, tình thế đòi hỏi nên tôi cũng phải cố gắng hết sức mới có thể quì bằng đầu gối trái xuống mặt sàn còn chân phải cố chịu đựng cơn đau thấu xương ở mắt cá chân. Trong vòng 30 giây, tôi phải quơ chiếc quai thùng làm sao cho sợi dây gởi hàng của Non Nước- Hồng Hà- Oanh Liệt lọt vào phần uốn cong của chiếc quai và kéo vào ngay vì không thể chịu đau quá nửa phút. May mắn đã đến với tôi vì chỉ hai lần quơ chiếc quai thùng là tôi đã móc vào được sợi dây nối chiếc muỗng gỗ. Kéo vào thấy hơi nặng tôi biết mình đã thành công.

Tiếng chiếc muỗng gỗ chà xuống thềm xi măng nghe như lời reo vui chiến thắng. Nhìn thấy bọc nhựa nhỏ bằng đầu đũa, tôi kéo vào và lấy hàng ra khỏi sợi dây rồi cố hết sức mình đứng dậy nói qua cửa tò vò: "Nhận 5." Nghỉ một lát, tôi gọi cho Lima để ngài chuẩn bị nhận hàng: "Lima phải cố gắng hết sức, phi vụ không thể kéo dài vì vệ binh có thể đi tuần trở lại." Lima trả lời bằng cách gõ vào tường 3 tiếng. Lập tức tôi đưa chiếc dép râu có buộc hàng bằng một sợi dây vải bao bố ra ngoài cửa tò vò và ném nhẹ sang cửa xà lim 4. Lima gõ 3 tiếng có nghĩa là ngài đã nhìn thấy hàng. Một lát sau, nghe Lima gõ vào tường 3 tiếng thay cho tiếng "Nhận 5," tôi kéo chiếc dép về và trên quai dép râu không còn bọc nylon nữa. Chưa bao giờ trong cuộc đời tôi kể từ tuổi mới lớn cho đến giai đoạn tù đày vào lúc đó có một niềm vui nào lớn hơn là niềm vui tôi có buổi trưa hôm ấy. Buổi tối, khi bóng đêm đen bao trùm trong xà lim, khi các đàn muỗi bắt đầu tấn công chúng tôi, tiếng linh mục Vàng (trong xà lim chúng tôi đặt danh hiệu truyền tin cho ngài là Vẻ Vang- Anh Dũng- Non Nước- Gio Linh, muốn ngắn gọn hơn chúng tôi gọi ngài là Vẻ Vang- Anh Dũng) từ xà lim 10 vang lên: "Các bạn ơi, tôi đã khóc nhiều khi thấy các bạn chia sẻ và tương trợ nhau như vậy. Chúng ta hãy cùng nhau cầu nguyện, tùy theo tôn giáo của mình giúp Lima thêm sức vượt qua cơn bệnh hiểm nghèo." Suốt đêm ấy chúng tôi cầu nguyện cho tới 4 giờ sáng. Tôi là Phật tử nhưng lại chỉ thuộc có mấy câu đầu của chú Lăng Nghiêm: "A Na Lệ, Tỳ Xá Đề, Bệ ra, Bạt xa ra, Đà rị" và niệm hồng danh Phật A Di Đà, nhưng cứ như thế, tôi đọc hàng ngàn lần. Một giờ đồng hồ trước khi cửa các xà lim mở để điểm số, định nằm xuống nghỉ lưng thì tôi nghe tiếng Lima vang lên chậm rãi thông báo: "Tôi... tôi... tôi... đã... đã... đã... đánh.... đánh... đánh rắm... rắm... rắm... được... được... được... Còn... hai... hai... hai... viên... viên... viên... nữa... nữa... nữa..."

(Ghi chú: Tôi ghi nguyên văn cách loan báo tin mừng rất mộc mạc của vị tu sĩ trẻ tuổi nhưng đáng kính để cho thấy rõ sự vui mừng như thế nào trước dấu hiệu cho thấy vi trùng kiết ky đang bị đẩy lui).

Hai ngày sau đó, Lima loan báo không còn đi ra máu và đờm. Trong hoàn cảnh đó, chúng tôi chỉ còn có cách là tin vào một phép lạ đã cứu giúp chúng tôi. Khi được thả ra khỏi nhà tù vào năm 1988, tôi gặp lại một bạn tù vốn là một cựu thiếu tá quân y, anh L.N.A., một bác sĩ giải phẫu phục vụ tại Tổng Y Viện Cộng Hòa vào đầu thập niên 1990 và trong câu chuyện tôi có hỏi anh về mấy viên bông tấm nước cặn của streptomycine. Anh cười và giải thích: "Trong đời, tôi chưa từng nghe thấy ai trị kiết ly kiểu này. Chỉ còn cách giải thích là lúc bí, bản năng sinh tồn giúp cho chúng ta bấu víu vào tất cả những gì mà mình tin nó là cái phao cứu mạng. Streptomycine chế từ một loại nấm và có thể là nó có một tác dụng nào đó với vi trùng kiết ly không chừng. Tôi không nghiên cứu nên không biết được.

Vấn đề như các cậu nói, nó đã có tác dụng ít ra cũng đối với một người là vị linh mục trẻ ấy. Nhưng tôi khuyên các cậu là sống ngoài xã hội này rồi, thuốc cũng còn hiếm, nhưng cậu nào dính kiết lỵ thì đừng có tự chữa như thế. Không đủ tiền đi bác sĩ thì chịu khó đến tôi, chẳng tiền bạc gì đâu."

Giữa năm 1982, tôi lại phải trải qua một thời gian nhục hình khác sau khi có một cuộc hoán chuyển (mà anh em chúng tôi thường gọi là xóa bài làm lại) nhân số trong khu biệt giam. Đợt hoán chuyển này là đợt lớn nhất so với thời gian khi Linh Mục Nguyễn Luân bị chuyển từ xà lim 7 sang xà lim 4 lúc tôi bị đưa vào xà lim số 5. Tôi lại quay về xà lim 3 cùng với T.D.S. Sau đó, N.Đ.Q. và T.C.L. cũng từ 1 và 2 chuyển sang 3 và như thế xà lim 3 phải chứa tới 4 người. Tình trạng dồn phòng và nằm cá hộp như thế này dĩ nhiên tạo khó khăn cho việc đi tiêu, đi tiểu của những người bị cùm cùng bệ nằm nằm nhưng lại bị cùm vào nằm sát tường. Đ.B.P. bị chuyển từ xà lim 9 về xà lim 5 ở chung với bạn tù hình sự từ xà lim 7 chuyển sang. Như thế các xà lim 1, 2, 7, 8, 9 còn trống. Hai linh mục N.Q.M. và N.D.C. được chuyển vào bệnh xá trong Phân Trại B. Và đúng như suy nghĩ của tôi, một ngày sau đã có 3 tù cải tạo mới bị đưa vào biệt giam vì những vụ việc khác nhau: Cựu dân biểu vốn là bí thư tỉnh ủy Việt Nam Quốc Dân Đảng tỉnh Quảng Nam là K.T.V. và một trong những thủ lãnh chính trị trong vụ nhà thờ Vinh Sơn là L.Q.M. Đến nửa khuya, cựu hồi chánh viên Huỳnh Cự bị đưa vào xà lim 2. Cựu dân biểu K.T.V. nằm xà lim 7 và L.Q.M. vào "trấn" ở xà lim số 1 ngay đầu dãy.

Nghề ăng- ten

Sự thay đổi buồng giam, nhất là hoán đổi các xà lim bao giờ cũng tạo cho những tù nhân biệt giam như chúng tôi nhiều phấn khích. Trước hết, ở một hai năm trong một xà lim cá nhân chắc chắn tạo cho chúng tôi sự nhàm chán và ảnh hưởng đến tâm lý không ít thì nhiều tất phải xảy ra, thường được diễn tả bằng nhóm từ nôm na "cuồng cẳng." Cho nên chúng tôi coi việc chuyển sang ở chung với bạn tù khác trong một xà lim khác là một chuyến du lịch thay đổi không khí. Ở xà lim khác với một người bạn tù mới tất sẽ có hàng ngàn chuyện để nói với nhau. Và đây là thứ vũ khí giết thời giờ rất hữu hiệu. Nhưng đổi lại đời sống, mối liên hệ thường nhật trong khu biệt giam sẽ bị đảo lộn cho tới khi mọi người đều biết rõ và hiểu những "khuôn mặt mới tới." Gọi là "khuôn mặt mới tới," thực ra thì đó là những khuôn mặt cũ đã từng chia sẻ với nhau những gian nan ở các trại tù khác nhau. Họ mới vì trong suốt mấy năm qua tuy chỉ sống cách nhau có một vườn rau cải, nhưng thế giới biệt giam của chúng tôi đã là một thế giới cách biệt hẳn với bên ngoài.

Trong số cả 3 khuôn mặt mới tới, ngoại trừ cựu dân biểu K.T.V., hồi chánh viên Huỳnh Cự, anh L.Q.M. vẫn là những khuôn mặt mà anh em trong biệt giam cũng như trong nhà giam tập thể bên ngoài thường nghi kỵ, dù sự nghi kỵ ấy chẳng dựa trên một bằng chứng nào rõ rệt cả. M. là đội trưởng một đội lao cải từ trại Hàm Tân Z- 30C, lại không thân thiện với anh em, thường thực hiện lệnh lạc của cán bộ quản giáo rất khít khao đến mực nghiêm khắc khiến cho anh em không ưa. Tại Hàm Tân, khi linh mục N.V.B. của nhà thờ Fatima bị đưa vào biệt giam vì thường tổ chức lễ sáng Chủ Nhật cho những bạn đồng tù nào là tín đồ Công Giáo. Mọi người đều đồn là do đội trưởng L.Q.M. báo cáo, nhưng cũng không ai đưa ra được bằng chứng nào chứng tỏ rằng chỉ vì bị L.Q.M. báo cáo mà vị tu sĩ Công Giáo kiên cường của nhà thờ Fatima bị đưa vào biệt giam. Hơn nữa, vị linh mục này làm lễ công khai vào mỗi sáng Chủ Nhật chứ có che giấu gì đâu và ngài chấp nhận những hình phạt, không bao giờ than van. Khi bị đưa lên Thung Lũng Tử Thần cùng với chúng tôi, L.Q.M. không làm đội trưởng nữa mà lại được cử vào chức vụ Thi Đua - Thống Kê. Điều này lại càng khiến cho anh em xây một bức tường cô lập dày chung quanh anh. Một số tù cải tạo vốn là tín đồ Công Giáo đã gọi L.Q.M. là "tên Juda ghê tởm" cũng chỉ vì những ưu quyền mà anh nhận từ đám cán bộ trại giam. Vào suốt thời gian đó và cho đến bây giờ, tôi vẫn nghĩ rằng do thái độ và hành động của L.Q.M., anh em có thể không kính trọng anh ấy nữa, nhưng nếu bảo anh là ăng- ten hay Juda thì lời lẽ đó quá đáng. Sự ngộ nhận và dư luận trong trại giam hay trại lao cải thường là vu vơ không thể kiểm chứng được. Hoàn cảnh bị đày đọa và lòng hận thù đã làm cho những tin đồn không tốt về một người nào đó càng đậm nét thêm mà thực ra đó chỉ là chuyện vẽ rắn thêm chân mà thôi.

Khi sang tới hải ngoại, tôi vẫn nghĩ rằng lòng hoài nghi theo sát cuộc sống của một số người tù cải tạo khi họ ra khỏi trại và trong nhiều trường hợp ra tận hải ngoại. Nhưng cá nhân, tôi cho rằng trong bất cứ trường hợp nào khi nghe một lời đồn như vậy, chúng ta cũng nên thận trọng. Đành rằng, chỉ người tù nào là nạn nhân của một vụ báo cáo thì may ra mới có thể biết hay đoán biết người nào là tác giả của những mật báo này khiến mình bị lôi thôi. Nhưng trong một số trường hợp chính viên cán bộ thẩm cung đã "nửa kín nửa hở" để cho người bị thẩm cung thấy một vài tờ giấy mà hắn ta gọi là bản tố cáo để đánh lừa đối tượng mà mà anh ta cần điều tra mà thôi. Ở một số trại giam, có khi ban quản trại sử dụng một số người làm ăng-ten công khai, mà khi đã làm mật báo viên mà lại để cho người khác thấy hay nghi ngờ thì công tác đó chỉ có mục đích răn đe để ai trong chúng tôi nếu sợ thì sẽ bớt những hành động chống đối đi mà thôi. Cho nên, tôi cho rằng dư luận cáo buộc người tù này hay người tù kia làm tay sai cho Cộng Sản nhiều khi cũng phải xét lại và tốt nhất nếu không có bằng chứng vững chắc hay không được trình bày với bằng chứng vững chắc thì không nên tin.

Trong suốt thời gian tù dài tù đày, chưa bao giờ tôi đến một trại mới mà không có những anh em đến lưu ý và điểm danh những một danh sách những khuôn mặt mà tôi cần quan tâm, không nên giao du thân mật. Nhưng qua vài chục lần bị thẩm cung tại các trại lao cải, tôi nhận ra một điều chỉ cần bọn cán bộ giáo dục và an ninh trại thấy bất cứ một người tù nào không thư từ liên lạc gì với gia đình và từ chối bất cứ một điều nào mà trại giam coi là ân huệ cho tù cũng đã đủ để đám cai tù thường xuyên "thăm hỏi" mình rồi và qua một thời gian lâu dài, nếu chúng không hiểu thêm được điều gì ở những đối tượng nghi ngờ thì sự đánh giá và quyết định cuối cùng của bọn an ninh trại là cô lập người tù ấy trong biệt giam lâu dài. Như thế cho chắc ăn, chúng nghĩ là bắt lầm còn hơn để sót. Hơn nữa, ý nghĩ thông thường của người tù cải tạo là khi bị gọi thẩm cung trong trại lao cải là phải do ăng ten báo cáo chứ làm sao chuyện của mình đâu có người nào khác biết được "ngoài nó ra." Cho nên, bọn an ninh trại giam tìm hiểu qua những đội trưởng để biết trong đội lao động anh em tù cải tạo "ghim" người nào hay thù người nào. Xong, bọn chúng liền kêu những tù nhân cải tạo nào bị anh em không ưa ra làm việc. Nhưng sau buổi làm việc, đối tượng này vẫn sống bình thường không bị nhốt biệt giam, lại còn được ưu đãi về thực phẩm. Thế là chỉ ít lâu sau lời đồn bay đi khắp trại. Đi tới trại nào, đội nào, lời đồn lại càng bị thêm thắt, bị bóp méo thêm và đến người cuối cùng nhận tin này, hình ảnh người tù bị ngộ nhận trở thành một bộ mặt gớm ghiếc.

Nhưng nói đi thì cũng phải nói lại. Tại sao đa số tù cải tạo lại quan trọng hóa vấn đề mật báo viên tức ăng- ten trong số các bạn đồng tù như vậy? Mật báo viên có báo cáo tội tày trời của chúng ta đi nữa thì bất quá cũng chỉ vô chuồng cọp nằm là hết mức. Vậy thì tại sao không gọi mấy anh ăng- ten lại, đưa giấy bút cho họ và bảo: "Chúng mày viết sao cho bọn tao phải vào nhà kỷ luật thì viết chứ nếu viết báo cáo mà chúng tao không vào được nhà kỷ luật thì chúng mày sẽ ăn đòn và chỉ nó nước mang chăn chiếu ra ngoài trại ngủ thì mới an toàn tính mệnh đấy nhé." Còn sợ ăng ten báo cáo, còn sợ bị ghi điểm xấu vào hồ, còn sợ vì vi phạm kỷ luật trại giam và sẽ tù lâu hơn người khác tức là còn an tâm tin tưởng vào chính sách cải tạo của nhà nước Cộng Sản. Chính phản ứng tâm lý sợ bị ăng- ten báo cáo đã khuyến khích cho nhân số ăng- ten trong một đội lao cải chỉ có tăng chứ không giảm. Tôi có một câu chuyện khá lý thú về vụ trừ khử ăng- ten:

"Sau năm 1985, chúng tôi lại được tuyển lựa để chuyển về một trại gần Saigon hơn, đó là trại Z- 30A mà anh em chúng tôi thường gọi là 'Đồi Phượng Vỹ' vì trại này được thiết lập sát một ngọn đồi mà thời gian trước 30 tháng Tư, 1975, là nơi đặt bộ chỉ huy của Trung Đoàn 54 thuộc Sư Đoàn 18. Khi về tới Z- 30 A, chúng tôi gặp lại tất cả những sĩ quan cao cấp nhất trong quân lực VNCH từ các trại tù miền Bắc tập trung về đây từ cấp thiếu tá đến đại tá từng giữ những trọng trách trong Quân Lực VNCH, rất nhiều tiểu đoàn trưởng, trung đoàn trưởng, tham mưu trưởng sư đoàn, các lữ đoàn trưởng, các tỉnh trưởng, quận trưởng và một cựu tướng lãnh, đó là Thiếu Tướng Lê Văn Tất (từ lực lượng võ trang Cao Đài chuyển sang QL/VNCH, các ông tướng khác từ Sơn Tây về được tập trung tại Z- 30D). Về hàng ngũ chính phủ VNCH ở trại này bao gồm các chánh sự vụ, trưởng ty, giám đốc, tổng giám đốc, phó quận, phó tỉnh trưởng hành chánh, nội an cho đến các tổng trưởng trong nội các Nguyễn Văn Thiệu (các ông Ngô Khắc Tỉnh, Ngô Khắc Tịnh, Hồ Văn Châm). Thế nhưng, cách nhốt tù ở trại này cũng giống như nhiều trại khác: Cục trại giam vẫn đưa một số tù hình sự vào nhốt chung với chúng tôi với nhiệm vụ làm ăng ten công khai, một trò răn đe mà tôi đã trình bày ở các phần trước. Trong số những tù hình sự này có một tên vốn là cựu du đăng đâm thuê chém mướn ở Sài Gòn trước 30 tháng Tư, 1975, đó là Lâm "Chín ngón." Tay này là tay anh chị "giết người có máu lạnh," đã bị ngành an ninh VNCH đưa ra tòa kết án chung thân và đày ra nhà tù Côn Sơn. Sau 30 tháng Tư, 1975, "cách mạng" đưa anh ta trở lại đất liền và khép vào tội "nợ máu với nhân dân" vì thời gian ở Côn Sơn được các giám thị cho ra làm trật tự tại một khu nhốt tù binh Việt Cộng. Khi tiếp chính quyền Cộng Sản tiếp thu Côn Sơn, một số tù binh Việt Cộng nhận ra Lâm "Chín ngón" nên mới khép anh ta vào tội vừa kể.

Chỉ một tháng sau khi được giải giao đến Z- 30A và được biên chế vào một trong những đội lao cải gồm những người vừa được chuyển từ A- 20 về, Lâm "Chín ngón" đã giở trò cướp bóc ngay. Hắn bắt đầu lấy "xâu" từ những tù cải tạo có thăm nuôi nhất là đối với những tù nhân gốc tu sĩ Công Giáo. Lúc nào trong người Lâm "Chín ngón" cũng lận một con dao tự chế bằng thép lấy ra từ khung ba lô. Nhà trưởng cũng như đội trưởng báo cáo cán bộ an ninh rất nhiều lần nhưng đám này lờ đi để Lâm "Chín ngón" tha hồ hoành hành. Thấy một anh du đãng nhúng tay vào máu của nhiều bạn đồng tù thời trước nay lại được nhà tù Cộng Sản biến thành tay anh chị sống đế vương bằng quà thăm nuôi mồ hôi nước mắt của gia đình những tù cải tạo, một số sĩ quan trẻ họp lại bàn nhau phải khử Lâm "Chín ngón" và quyết định đưa ra là đánh tên này thì phải đánh cho chết luôn. "Sát thủ" được phân công vẫn là những cựu sĩ quan đã từng đánh trọng thương trật tự Quí "đen" ở A-20.

Hôm đó là vào sáng Chủ Nhật, khoảng sau Tết Nguyên Đán 1986, các sẽ quan trẻ này dùng cây gỗ then cửa 4 phân vuông làm vũ khí. Lâm Chín Ngón lúc đó đang sửa soạn bữa ăn trưa tại nhà ăn. Những "sát thủ" canh gác tất cả những đường thoát của Lâm "chín ngón." Người ra đòn đầu tiên, nếu tôi nhớ không lầm là T.C. Anh đập một gậy vào đầu tên cựu du đãng, máu chảy ướt chiếc áo hắn đang mặc. Lâm "Chín Ngón" định rút con dao phía sau lưng thì bị đập tiếp một gậy thứ hai. Tên cựu du đãng này đã lảo đảo gần ngã sấp xuống thì dường như do bản năng hắn vụt nhảy qua cửa sổ. Người bạn tù đứng chặn ở cửa sổ đánh một gậy thứ ba nhưng do vội vã anh không đánh trúng đầu mà chỉ trúng vai khiến hắn ngã sấp xuống mặt thềm nhà ăn nhưng vùng dậy ngay được và chạy ra cổng khu nhà giam, chạy qua sân banh xuống nhà bếp trại. Trực trại được báo đã gọi bác sĩ và y tá xuống cấp cứu cho Lâm "Chín Ngón." Sau đó, Linh Mục Đinh Xuân Hải được anh em đề cử ra gặp trực trại đưa tối hậu thư: "Phải chuyển tên này đi trại khác nếu không chúng tôi sẽ nổi loạn và cuối cùng hắn cũng không thoát chết đâu." Trực trại quyết định đưa Lâm "Chín Ngón" vào dưỡng thương trong nhà kỷ luật khoảng một tuần. Sau đó trại trưởng Thích quyết định giải giao Lâm Chín Ngón về K- 3, tức là trại tù hình sự của tỉnh Long Khánh.

Cách đây khá lâu, khi vụ Năm Cam bùng nổ, tôi đọc trên tờ Thanh Niên thấy có một tin ngắn cho biết ngày nay, Lâm "Chín Ngón" trở thành thân tàn ma dại vì bị chính đàn em Năm Cam trừng phạt bằng acid vì tội mưu phản đàn anh. Hình chụp trên tờ Thanh Niên cho thấy khuôn mặt Lâm "Chín Ngón" trở thành dị dạng, hai tay co rút và ngồi trên xe lăn. Đây là hình chụp trước khi Lâm "Chín Ngón" vào tù lại vì dính dấp với băng đảng Năm Cam.

Nếu Nhân Quyền Quốc Tế Can Thiệp 'Đánh Trống Bỏ Dùi'

Trung tuần tháng Tư, 1982, tôi bị gọi ra thẩm cung. Trực trại Luật cho biết trước lần thẩm cung này do trung ương từ Hà Nội vào nên tôi "phải thành thật khai báo để được tha cùm sớm hơn, được trở về đội tiếp tục lao động và được nhà nước xét tha cho trở về với gia đình." Luật nói: "Gia đình anh trông mong anh về để giúp họ vì tình hình kinh tế bên ngoài khó khăn lắm đấy. Trại vừa mới được thả một đợt. Tôi khuyên anh là không nên bướng nữa, các anh không làm gì được chúng tôi đâu." Tôi không buồn trả lời trả vốn gì đối với những tin tức của Luật vì một em ở đội hình sự bị kỷ luật mới bị nhốt vào biệt giam đã cho biết tin này. Tôi nói với Sơn Tây- Anh

Dũng- Non nước (T.D.S) khi người bạn tù ở đội hình sự cho biết tin đợt thả tù gây nhiều ngạc nhiên: "Như thế là bên ngoài phải có biến chuyển gì quan trọng, chứ tới A- 20 bọn mình trở thành hồ sơ chết rồi."

(Ghi chú: Khi được thả ra khỏi nhà tù cuối 1988, người anh cả của tôi đối chiếu và cho biết: "Chúng nó chuẩn bị để đánh đổi bọn mày với việc tìm kiếm người Mỹ mất tích. Thời gian đó trùng vào lúc đại diện Bộ Ngoại Giao Hoa Kỳ là ông Funseth khởi sự các cuộc thương lượng với Hà Nội về số phận của những tù cải tạo." Ông anh cả tôi đang dạy ở trường trung Học Trưng Vương thì bị gọi động viên vào học khóa 16 trường Bộ Binh Thủ Đức. Ra trường, phục vụ ở tiểu khu Long Khánh, rồi bị thương phải giải ngũ. Sau Tết Mậu Thân, bị tái ngũ do lệnh tổng động viên và đến phục vụ ở tiểu khu Phước Long đến năm 1971 mới được giải ngũ trở về dạy học lại. Sau 30 tháng 4, 1975, do yêu cầu của ban giám hiệu của chế độ mới, anh tiếp tục dạy vài năm rồi xin nghỉ về nhà sinh sống bằng cách dạy kèm Toán- Lý- Hóa cho con em của những gia đình nào vẫn còn quan tâm đến giáo dục của con cái. Kể từ năm 1984, anh là người mạo hiểm và bí mật liên lạc thư từ với sứ quán Hoa Kỳ ở Thái Lan để xin một loại thư giới thiệu rất quan trọng mà anh em H.O gọi là tờ L.O.I (Letter of Introduction). Anh đã làm thiện nguyện cho hàng trăm người gồm bằng hữu của anh và những người cần sự thông thạo Anh ngữ của anh cả tôi.)

Tôi mới được thả một chân cùm mới cách đó vài ngày nên hai chân vẫn còn "sượng," mỗi lần bước đi hai đầu gối chân như muốn cứng lại và đau đớn. Lần này thì không cần phải xin nước, tôi cũng được trật tự Của lấy cho một ca nước nóng từ nhà bếp. Một bạn tù làm đội nhà bếp tốt bụng với anh em đã lén bỏ vào ca nước một chút đường. Cho đến nay, tôi vẫn nhớ đến cái vị ngọt của ca nước nóng có pha đường buổi chuẩn bị "làm việc" cách đây 32 năm. Chất ngọt của đường như đánh thức tất cả những sợi gân và những mạch máu trong cơ thể tôi và đầu óc tôi trở nên sáng suốt hơn. Trực trại ra lệnh cho Của gọi một tù nhân phụ trách hớt tóc. Anh "thợ" hớt tóc này chỉ có một chiếc tông- đơ đã lụt nên nghiến vào tóc khá đau và vài miếng miếng chai để cạo râu. Tuy vậy, tôi cũng vẫn phải chịu trận vì không phải lúc nào một tù nhân cải tạo muốn hớt tóc cạo râu cũng được.

Tôi không hiểu trong số những quí vị vốn gốc H.O ở đây có ông nào đã được thưởng thức lối hớt tóc bằng tông- đơ đã lụt không, chứ tôi thì đã bị mấy lần rồi. Nhưng lần này vì đã hơn một năm chưa được tắm, nên râu tóc mọc ra dài như người rừng, lại bám đất bết vào nhau khiến cho mỗi lần anh "thợ" đẩy chiếc tông- đơ đi một đường từ mang tai lên tới đỉnh đầu, tôi có cảm tưởng như lớp da đầu bị tuột ra từng miếng. Tội nghiệp người bạn tù phục trách hớt tóc thấy tôi đau nên miệng cứ phân bua: "Anh đừng giận em, thật tình em đã xin đổi chiếc tông- đơ này lấy cái mới, nhưng trại chưa cho, thôi anh chịu khó vậy, lần sau em hy vọng có được cái tông- đơ mới." Hớt tóc (thường là hớt trọc) xong, đến màn cạo râu. Hồi còn ở trại B- 5 hay Hàm Tân Z- 30C, chúng tôi thường cạo râu cho nhau bằng miếng chai, nhưng phải cạo thật chậm như thể cắt từng sợi râu. Nhưng anh bạn tù này cạo râu bằng miếng chai khá nhanh, nhờ vào chỗ trước khi cạo, anh ta lấy ra miếng xà bông nhỏ, xịt vào đó chút nước cho nổi bọt rồi thoa vào hai mép tôi. Việc cạo râu diễn ra trơn tru, không một miếng da nào bị "ăn." Người "thợ" giải thích: "Phải đập cả chục vỏ chai không, em mới kiếm được mấy miếng miếng chai tốt này." Sau đó anh giải thích một thôi một hồi về kỹ thuật đập chai sao cho miếng chai bén như dao cạo. Tôi hỏi: "Thế cậu cạo cho cán bộ bằng miếng chai không?" Anh trả lời, giọng cải lương: "Họ là quan, mình là tù mà, đâu có dám đèo bòng. Em có con dao cạo nhưng họ bảo giữ chỉ để cạo cho họ thôi, mỗi lần cạo em phải hơ vào cồn để diệt trùng. Đ.M... phú quí sinh nghĩa lễ (lẽ ra là lễ nghĩa) có khác." Xong câu này anh xuống giọng "xề" nói thật nhỏ: "Đ.M... bọn nó ác lắm, ông thầy. Nói thật với ông thầy, tù ra em mua súng. Tụi nó mà lạng quạng mò về thành phố, em bắt gặp là cho ăn kẹo đồng hết cả đám. Đ.M..."

Bất cứ một ông thợ hớt tóc nào dù là hớt tóc dạo cũng đều có cả một kho những câu chuyện khác nhau để nói với khách hàng. Trong tù cũng vậy, những anh chàng được cử nhiệm vào đội lao động tự giác với nhiệm vụ hớt tóc cả cho tù nhân cải tạo lẫn cán bộ trại giam đều phải là người được tin tưởng là "an tâm cải tạo, không có âm mưu trốn trại" và họ đều phải có những bài bản được soạn sẵn để nói chuyện nếu phải hớt tóc cho những bạn đồng tù với mình và một kho chuyện làm quà khác để nói với bọn cán bộ, phần lớn là những câu chuyện trai gái đĩ điếm ở xã hội bên ngoài. Dĩ nhiên, những mong ước của người tù hình sự này chỉ là những mong ước tưởng tượng cho đỡ buồn vì cái án chung thân do cướp có súng của anh biết ngày nào ra. Nhưng tôi vẫn an ủi người bạn tù tội nghiệp: "Rồi sẽ có ngày thôi, nhưng em cẩn thận khi nói chuyện. Với anh thì không sao nhưng nếu với người khác sẵn sàng tâu lên bọn an ninh để lấy điểm chắc chắn chúng sẽ đánh chết em đấy."

Tôi ngồi chờ ở cổng trại cho tới trước giờ các anh em tù cải tạo lao động từ hiện trường lao động trở về. Cán bộ an ninh kiêm chính ủy trại, Lý "lé" đến nhận tôi từ trực trại Luật. Lại một màn gay cấn giữa hai người công an này khi Lý thiếu một chữ ký của một người nào đó có trách nhiệm cao hơn. Tôi chỉ nghe được những trao đổi "mày tao chi tớ" và một câu dọa của trực trại: "Lãnh rồi thì lo mà giữ, đừng có kiểu không lo được lại cho gọi tao. Mày làm việc đi, ông đi chơi đây." Nơi tôi bị thẩm cung không phải là cái văn phòng thường lệ cách cổng trại không xa lắm mà là một căn phòng bên cạnh phòng làm việc của trại trưởng Vũ. Có lẽ đây là một phòng họp của ban quản trại. Ở chính giữa phòng có kê một cái bàn bằng gỗ mộc. Tôi thấy có 3 người ngồi sau chiếc bàn, hai nam một nữ đều trang phục cán bộ sơ mi trắng cụt tay bỏ ngoài những chiếc quần mầu olive, chân dép râu. Người ngồi giữa là một thanh niên chừng khoảng 30 tuổi, tóc hớt ngắn đeo kính cận thị từ giới thiệu là cán bộ từ Hà Nội ra, hai người kia là phụ tá của anh ta. Tôi ngồi cách bàn làm việc khoảng 3 thước nên anh yêu cầu tôi nói lớn hơn. Thẩm vấn viên chính hỏi tôi lý lịch và lý do tôi bị đưa vào xà lim cá nhân.

Không bỏ lỡ cơ hội, tôi giở "bựa" ngay:

- Cán bộ trại trưởng chắc phải cho cán bộ biết lý do, còn tôi tôi chẳng hiểu tại sao tối lại bị cùm trong xà lim cá nhân đã 2 năm rồi.

Người công an trẻ tuổi nhỏ nhẹ:

- Không, ông ấy (Vũ) chỉ cho biết anh bị phạt vì vi phạm kỷ luật trại giam."

Ngay lúc đó tôi đã nghĩ thầm trong bụng: "Mẹ kiếp... bọn bay cứ đứa nọ đổ cho đứa kia. Như thế thì nói hay không thì cũng vẫn bị cùm như thường. Đã thế ông nói cho hả dạ." Và tôi đặt câu hỏi thay vì để cho hắn ta hỏi:

- Cán bộ xác nhận xem có phải chiến tranh đã chấm dứt cách đây 7 năm rồi phải không. Nếu như vậy hóa ra phía chiến thắng thù dai đến như thế sao, mà cần gì phải thù dai như vậy. Những người tù cải tạo như chúng tôi bây giờ nếu có được thả ra xã hội bên ngoài thì bất quá cũng chỉ tìm cách vượt biển hay đầu hàng hoàn cảnh thôi, ai mà dám chống và nếu có chống thì có bao nhiêu người? Cán bộ cho tôi biết có trường hợp nào các cựu sĩ quan đã từng đi tù cải tạo được thả về đã tham gia vào một mặt trận chống chế độ bị bắt lại không...?

Nghe tôi hỏi như vậy "nàng" cán bộ nữ yêu cầu tôi không được hỏi nữa mà phải trả lời có hay không thì bị anh chàng trẻ tuổi có thể là trưởng toán chặn lại:

- Cứ để cho anh ấy hỏi. Anh hỏi thì tôi trả lời. Nhà nước chưa thể thả anh ra ngoài xã hội bây giờ được. Dân chúng ở ngoài còn thù các anh. Họ sẽ không để các anh yên nếu đưa các anh ra sống ở xã hội bên ngoài chứ không phải nhà nước thù hận gì các anh đâu. Bây giờ tôi hỏi anh. Anh cho tôi biết Frederik Fuchs là ai? Anh vẫn thường xuyên liên lạc với bà ta và một cựu chiến binh người Pháp tên là Careaux chứ gì?

Từ lâu, tôi đã trải qua quá nhiều cuộc thẩm vấn mà những thẩm vấn viên là những người chỉ biết tra vấn, đe dọa và thượng cẳng chân hạ cẳng tay. Tôi nói thật là tôi coi thường những thành phần này. Nhưng phải nói rằng trước một thẩm vấn viên trẻ tuổi, ăn nói nhỏ nhẹ và kiểu hỏi bài bản, rõ ràng có được huấn luyện khiến tôi hơi ngại và tự nhủ phải cẩn thận. Cuối cùng tôi quyết định xin cho tôi uống nước vì tôi đang khát không nói lớn được. Họ thỏa thuận cho tôi uống một ca nước vối rót từ cái ấm đất nung lớn để trên bàn. Xong, tôi nói chậm nhưng rõ ràng và không cần phải chuẩn bị:

- Ở trại A- 20, một con kiến cũng không lọt ra ngoài được và ngược lại. Bảy sĩ quan cướp súng cán bộ trốn trại bị bắn chết 6 người, một người bị bắt lại. Thơ chui, thơ lòn gì gì đi nữa cũng đều bị khám phá và người gởi bị cùm trong khu biệt giam cả đống. Bảy năm nay tôi không liên lạc với gia đình, gia đình tôi cũng không hề biết tôi ở trại nào. Bộ tôi có phép thần thông hay sao mà từ cái xó rừng này tôi lại có thể liên lạc với những người ngoại quốc như thế. Liệu cán bộ có thể cho tôi xem bằng chứng là tôi biết họ và liên lạc với họ không? Liên lạc vào ngày nào, bằng phương tiện gì? Nếu cán bộ trưng ra đủ bằng chứng, tôi cam đoan sẽ ký giấy nhận tội và xin đem ra bắn bỏ ngay!

Người thẩm vấn trẻ tuổi này, mà mãi sau tôi mới được biết tên là Thận, rút trong sắc- cốt ra một tập hồ sơ để ra trước mặt anh ta nhưng không cho tôi xem. Hắn nói, vẫn giọng nhỏ nhẹ nhưng lạnh hơn:

- Tôi nói thẳng ra cho anh biết là gia đình anh đã liên hệ với những người ngoại quốc này tại Sài Gòn. Họ làm việc cho tổ chức Ân Xá Quốc Tế, một tổ chức cực kỳ phản động!

- Nếu đây là sự thật thì là gia đình tôi chứ không phải tôi. Chính cán bộ đã nói ra điều này đấy nhé. Như vậy tại sao cán bộ không vào thẳng Sài Gòn để hỏi mẹ hay anh tôi mà lại hỏi tôi? Tôi "phang" lại ngay.

Thận, tên viên trưởng toán thẩm cung, im lặng không nói gì. Anh ta mở bao thuốc lá thơm Sài Gòn Giải Phóng rút ra một điếu đưa cho tôi và đồng thời anh ta cũng châm một điếu phà khói rồi cầm ấm nước trà rót vào bốn cái tách đẩy đến trước mặt mỗi người trong phòng rồi nói:

- Anh uống nước đi, anh phải suy nghĩ xem anh đang ở vị trí nào. Tôi được lệnh vào đây để tìm hiểu chứ không phải vào đây để nghe anh cãi vã với tôi. Tôi hỏi tới đâu anh trả lời tới đó để cho buổi làm việc sớm kết thúc thành công!

Vào thời điểm của thập niên 80, việc chiếm được miền Nam Việt Nam dường như vẫn còn là một thành công chói lòa đối với người Cộng Sản, dù ở ngoài đời dân chúng vẫn khoai sắn và rau cháo cho qua ngày. Chế độ khẩu phần suốt sáu bẩy năm qua chỉ khuyến khích thêm nạn buôn lậu trên cả nước. Ngay ở trước sân của Ban Quản Trại là một tấm bảng lớn chạy suốt chiều ngang có viết chữ đỏ trên nền vàng: "Thành công, thành công, đại thành công." Cho nên, ngay khi nghe Thận nói "để cho buổi làm việc sớm kết thúc thành công," tôi đã phải cố gắng kềm chế để không cười hộc lên, nhưng vẫn thầm nghĩ: "Mẹ kiếp, có đếch gì mà kết thúc thành công hay thất bại trong một cuộc thẩm cung. Chỉ khi chúng mày có gan đem bắn hết bọn tao thì mới là kết thúc thành công được mà thôi." Thận lại giở tập hồ sơ xem một hồi rồi hỏi tiếp:

- Mẹ anh có gặp một người Bỉ tên là Fuchs. Anh nghĩ thế nào về chuyện này?

Tôi đáp lại ngay không cần đắn đo:

- Tôi không biết nên không suy nghĩ gì cả!

- Nhưng nay tôi đã cho anh biết như thế thì anh phải có một vài suy nghĩ nào đó chứ? Thận vặn lại.

Tôi cảm thấy nếu cứ ngồi mà trả lời những câu hỏi của toán thẩm vấn này thì không có lợi cho chính tôi, bởi chiến thuật của họ là cứ hỏi và hỏi thật nhiều câu vớ vẩn, không đâu vào đâu cả rồi chờ tới lúc đối tượng thẩm cung bắt đầu mệt và căng thẳng liền gài vào đó những câu "chết người" thì có thể tôi sẽ lọt ổ "phục kích." Do đó tôi đánh bài tố:

- Tôi không hề biết và cán bộ cũng chẳng đưa ra một chứng cớ nào cho thấy mẹ tôi gặp cái bà người Bỉ nào đó cho nên suy nghĩ làm gì cho mất công. Tôi nói thẳng với cán bộ điều này: cán bộ muốn cáo buộc hay nâng quan điểm về tôi và gia đình tôi thì cứ việc làm, tôi không có một khiếu nại nào cả. Cho nên, nếu nhân đạo, cán bộ đưa tôi trở lại xà lim. Còn nếu cán bộ cứ muốn tiếp tục hỏi tôi về những chuyện ở ngoài xã hội mà tôi không biết hay không có liên quan gì tới tôi cả thì buổi làm việc hôm nay không thể kết thúc thành công như cán bộ muốn đâu. Do ở trong ngành truyền thông của chính phủ VNCH khá lâu, tôi không xa lạ gì tới tổ chức Ân Xá Quốc Tế. Thời VNCH họ cũng đã hoạt động ở miền Nam Việt Nam và họ được tự do đến gặp những người Cộng Sản như cán bộ lúc đó nằm trong những trại tù binh phiến Cộng ở Phú Quốc và Côn Sơn chứ có gì lạ đâu!

Có lẽ đây là lần đầu tiên, những tay thẩm vấn này phải đối phó với những tù nhân cải tạo chấp nhận phần rủi ro nhất cho mình để đổi lấy sự tự do tranh luận, nên hai người phụ tá của Thận có vẻ "nóng ruột." Anh chàng có khuôn mặt "lưỡi cày" đấm xuống bàn, mặt đỏ gay:

- Đừng có bố láo, anh gọi chúng tôi là phiến Cộng hả, như thế mà gọi là an tâm cải tạo!

- Tôi an tâm cải tạo chứ, nhưng sự an tâm của tôi có nghĩa là nhà nước muốn nhốt tôi bao lâu thì nhốt, nhốt chán không muốn nhốt nữa thì thả, tôi có khiếu nại đâu. Tôi cũng không mong một ngày về và nếu có phải nằm ở nghĩa trang tù nhân cải tạo thì cũng là bình thường thôi!

Có lẽ thấy không thể tiếp tục cuộc tra vấn nữa, viên trưởng toán thẩm vấn đứng lên, bước ra cửa gọi Lý "lé" đưa tôi trở lại xà lim. Dĩ nhiên, tôi không được trở lại xà lim 5 với T.D.S nữa mà sang nằm một mình ở số 6 với mức cùm hai chân trở lại và lại "hưởng" chế độ 2 muỗng cơm, hai muỗng nước và hai muỗng nước muối mặn chát. Lý "lé" không nói gì cả. Anh ta lặng lẽ khóa cửa phòng biệt giam và ra khỏi khu biệt giam ngay sau đó. Nhưng đến giờ phát cơm chiều và điểm số cho khu biệt giam, trại trưởng Lê Đồng Vũ xuất hiện. Đứng trước cửa xà lim, ông ta nhìn tôi với vẻ mặt lạnh tanh và giọng lè nhè thâm hiểm:

- Anh còn khỏe lắm và gan còn to nên cứ nằm nghỉ ở đây cho đến khi nào hai cái vòng cùm ở chân anh mọt ra thì về nhé! Nằm suy nghĩ đi! Đừng có vọng tưởng bẻ gậy chống trời không được đâu!

Không nói ra, nhưng ai cũng hiểu rằng cái giá mà tôi phải trả cho buổi thẩm cung hôm đó lớn hơn bao giờ hết. Lần nhục hình này kéo dài đến 8 tuần lễ, có tuần lễ tôi bị lột áo và bị tra thêm một một cùm số 8 ở hai cổ tay ngược ra đằng sau, chỉ giờ cơm mới được mở ra trong khoảng 10 phút để tôi ăn uống. Trời nhá nhem tối là đàn muỗi đã ùa vào tấn công trong điều kiện "tối ưu" vì tôi không được mặc áo và hai tay bị còng không có cách nào đuổi chúng được. Đây chính là con dốc cao nhất trong suốt đời tù mà tôi phải leo.

Mười phút để ăn và uống phần nước quá ít nên không thể nào uống theo kiểu dùng muỗng đổ vào chân răng từ từ được vì sau 10 phút tay tôi bị còng lại đằng sau, không còn nâng hay cầm bất cứ vật gì được. Vừa khát, vừa không thể nằm xuống ngủ được, mỗi bữa tôi chỉ dám ăn một lát khoai mặn chát nên sức khỏe sa sút trông thấy. Cứ cách một tuần thì tôi được mở còng tay một tuần. Trong tuần lễ được mở còng tay, phần nước phát cho tôi gia tăng gấp đôi, nước muối chan vào khoai mì lát nhạt hơn. Điều này chứng tỏ rằng bọn an ninh ở trại giam này không thể để tôi quá kiệt sức. Nhưng kiểu cứ tuần "đóng," tuần lại "mở" như vậy thường tạo cho người tù một tâm lý bất an rất dễ dẫn đến sự buông xuôi. Để đối phó, tôi vẫn áp dụng phương pháp ngồi yên, thở sâu và để cho đầu trống rỗng không suy nghĩ gì. Phương thức thư giãn này giúp tôi thanh thản hơn, bớt đói và khát hơn. Niềm vui vì tôi đã có thể làm cho một buổi thẩm cung của những thẩm vấn viên từ trung ương không những không thành công mà còn tạo cho tôi cơ hội "xả xú bắp" và sự thanh thản đã giúp tôi củng cố thêm niềm tin để tiếp tục bước qua gian nan những năm sau này.

Khi được thả về năm 1988, biến chuyển đầu tiên mà mẹ tôi thông báo chính là ngày bà Fuchs, một thành viên của Amnesty International (theo lời kể của mẹ tôi) đến Việt Nam để gặp bà và khoảng hơn chục bà mẹ hay vợ của những nhà báo hay truyền thông đang bị nhà cầm quyền lúc đó ở Việt Nam giam giữ. Mẹ tôi đưa cho tôi xem một tấm hình chụp phụ nữ Tây phương có chữ ký và lời đề tặng bà. Cuộc gặp gỡ diễn ra ở Sở Ngoại Vụ. Nội dung cuộc gặp vẫn chỉ là những lời an ủi của bà Fuchs, chứ bà không hứa hẹn gì. Năm 1992, khi tái định cư tại Mỹ theo diện HO, một số bạn bè của tôi ở Pháp và người đàn anh trong nghề là anh T.V.N, một cựu lãnh đạo Việt Tấn Xã, định cư ở Paris cho biết Carreaux là một cựu chiến binh Pháp rất quan tâm đến trường hợp của tôi. Anh tiếp xúc với Carreaux một thời gian để giúp tìm đầy đủ hồ sơ liên quan đến tôi và Carreaux yêu cầu Hà Nội cho tôi gặp ông ta tại trại tù, nhưng bị từ chối. Dường như ông chỉ đến được Bangkok và nhà cầm quyền Việt Nam lúc đó không cấp hộ chiếu nhập cảnh cho ông. Năm 1999, có dịp qua Paris, tôi cũng đã nhờ người tìm ra tung tích Carreaux để ngỏ lời cám ơn, nhưng những cố gắng này không thành công vì có thể vào năm đó ông đã qua đời không chừng.

Câu chuyện cảm động này dĩ nhiên rồi chẳng đi đến đâu cả, nhưng ít ra hoàn cảnh của chúng tôi cũng đã bắt đầu được quốc tế để ý đến. Và tôi viết lại chi tiết này không ngoài mục đích để cho những nhà tranh đấu nhân quyền ở trong nước cũng như ở hải ngoại hiện nay đối chiếu và so sánh với chế độ lao tù hiện tại ở Việt Nam. Phải chăng nó đã có nhiều thay đổi theo từng giai đoạn lịch sử cũng như chính sách đối nội và đối ngoại ở trong nước. Cho đến thập niên 1990 chỉ cần một tổ chức nhân quyền quốc tế nào lên tiếng về một cá nhân đang bị đày ải trong chốn lao tù, lập tức cá nhân ấy bị trừng phạt ngay. Bởi vì vào thập niên đó, chuyện có liên hệ đến các tổ chức nhân quyền có thể bị nhà cầm quyền Việt Nam ghép vào tội danh gián điệp phá hoại đất nước. Như thế, so với tình hình của 23 năm trước đây, những nhà tranh đấu cho nhân và dân quyền tại Việt Nam hiện nay được hoạt động rộng rãi hơn rất nhiều. Giới thanh niên, sinh viên tranh đấu tại Việt Nam còn có thể gặp đại diện các tổ chức nhân quyền quốc tế, các đại diện ngoại giao các sứ quan ngoại quốc ở Hà Nội để trao kiến nghị mà không hề bị bắt. Cùng lắm thì bị công an mời đến để hỏi cung rồi cho về. Gần đây thân nhân của những nhà tranh đấu hiện đang ngồi tù tại Việt Nam đã được du lịch tại Mỹ.

Tôi chưa dám có một nhận định nào về chuyện này mà chỉ thầm nghĩ: "Thôi thế cũng xong, ít ra thì các cuộc tranh đấu về nhân quyền cũng có được một kết quả nào đó. Chỉ có điều nếu mà chuyện này diễn ra vào 23 năm trước, thì giá chót dành cho những nhà tranh đấu nhân quyền ở Việt Nam hiện nay cũng phải là án chung thân."

Tết 1984 Đánh Dấu Sự Thay Đổi Chế Độ Tù Việt Nam?

Tết Nguyên Đán năm 1984, chúng tôi lại trải qua một cuộc "xóa bài làm lại" trong khu biệt giam của Phân trại E thuộc A- 20 Xuân Phước, nghĩa là phải thay đổi chỗ ở sau một màn tất cả lần lượt "bị" lùa ra giếng nước ngay bên cạnh ao thả cá rô phi sau khu biệt giam. Trời Tháng Giêng ở thung lũng tử thần lạnh như có ai cầm dao cắt vào da, nhất là khi trời vào tiết Xuân, gió hiu hiu làm lay động hàng dừa trong sân trại. Cái lạnh thiên nhiên cộng với việc thiếu đường và chất béo từ 9 năm qua khiến cho buổi sáng ngày 30 Tết Nguyên Đán năm 1984 trở thành buổi sáng không thể nào quên được trong đời. Chân tay anh em chúng tôi gần như tê liệt. Linh Mục Nguyễn

Văn Vàng đứng như trời trồng trước cửa biệt giam số 5 khi ngài được trật tự mở còng cho đi tắm và làm tổng vệ sinh buồng giam. Một tu sĩ Công Giáo nhỏ con, lanh lẹ như một con sóc, nổi tiếng hùng biện và can trường như ngài mà chỉ mới hơn 3 năm bị cùm trong xà lim, thân xác không khác gì người tù Do Thái trong các trại tập trung của Đức Quốc Xã hồi Thế Chiến Thứ Hai.

Linh Mục Vàng đứng lên được nhưng không thể nào bước đi được. Những anh em tù nhân thuộc đội hình sự được cán bộ trực trại đưa vào giúp chúng tôi cọ rửa các xà lim biệt giam, đổ thùng cầu tưởng Linh Mục Vàng giả vờ để trốn tắm, một vài anh em trong số họ đã có lời lẽ thiếu nhã nhặn với ngài. Nhưng ngay lập tức một trong những tù hình sự đứng tuổi có lẽ là đội trưởng nạt lại ngay: "ĐM, đứa nào vừa ăn nói du côn đấy, liệu hồn tối nay về đội không còn răng để ăn cháo nghe con. ĐM, người ta bị cùm lâu ngày gân cứng lại thì cũng phải từ từ chứ. Bộ chúng mày tưởng mình là cán bộ chắc, cho hai đứa nào vào dìu ông già ra." Tôi được tháo cùm sau Linh Mục Vàng, hai đầu gối tê cứng, thân mình xiêu đổ khi đứng lên và cũng được hai tù hình sự dìu ra giếng nước. Một trong hai tù hình sự đứng kéo nước từ giếng lên để xối cho chúng tôi biết ông Vàng là linh mục nên nói: "Cha ngồi xuống dựa vào bức tường chắn cho đỡ lạnh. Anh cũng vậy. Em kéo nước lên sẽ dội ra ngoài để che mắt bọn nó. Cả hai người yếu quá rồi chỉ nên thay quần áo chứ không thôi thì ở dơ không chết mà chết vì cảm lạnh đấy." Chúng tôi thấy người tù hình sự này nói có lý nên làm theo.

Cả hai chúng tôi ngồi cho đến hết giờ tắm để lại được dìu ra khỏi giếng nước đến ngồi ở bờ hè bên bức tường hông nhà bếp nơi có thùng nước nóng mà tù cải tạo đội nhà bếp xin mang ra mang ra để phát cho những tù nhân biệt giam ra tắm. Tôi cho ca nước của mình múc một ca, uống hết một nửa, một nửa đưa cho Linh Mục Vàng. Ngài uống hết rồi múc thêm nửa ca nữa. Tôi hỏi ngài: "Bố vẫn còn khát hả?" Ngài trả lời: "Uống phòng xa." Động từ "phòng xa" anh em chúng tôi dùng để chỉ thời kỳ bị nhục hình bằng chính sách 2 muỗng cơm, hai muỗng nước, hai muỗng muối khi chúng tôi bị nhận chìm vào cơn khát của những người đi trong sa mạc nên mỗi khi bị gọi ra "làm việc" phải xin uống cho thật nhiều nước trước lúc bị dẫn trở lại buồng giam rồi đái ra để uống cho đỡ khát.

Từ lần mà tôi bị gọi ra để làm việc với các thẩm vấn viên từ trung ương vào, chúng tôi không còn bị "đì" phần nước như trước nữa, nhưng mỗi bữa ăn cũng chỉ được phát một phần tư ca. Với số lượng nước này, người tù nào vẫn giữ cách nhịn bớt khoai mì để tránh muối thì không đến nỗi khát quá, nhưng nếu người nào không nhịn được và ăn trọn bộ hai phần khoai mì đẫm nước muối cho một ngày thì cũng vẫn khát và sẽ thấy thân thể mỗi ngày sẽ "đẫy đà" hơn, nước da càng ngày càng xanh bóng hơn (nghĩa là phù thũng nặng hơn).

Tuy nhiên, dù gì đi nữa, bị cầm giữ trong không gian của một cái chuồng tối tăm, thiếu vệ sinh, không khí và ăn uống lại thua xa khẩu phần của một con chó như thế, dần dà chúng tôi xuống sức và nếu không may chỉ cần vương một cơn cúm nhẹ cũng có thể tiêu mạng như thường. Cựu dân biểu K.T.V và tham sự hành chánh L.Q.M bị đưa vào biệt giam muộn hơn tôi nhiều, nhưng chưa đầy 9 tháng sau, một người phải cáng vào bệnh xá trong phân trại B và qua đời tại đó, còn một người chết ngay trong biệt giam. Ở phân trại E, nhiều anh em ít chú ý đến một hiện tượng: phần lớn những anh em tù nhân cải tạo bị bệnh mà phải đưa vào bệnh xá phân trại B, cách phân trại E khoảng từ 5 đến 7 cây số đều chết tại đây chẳng hạn như ông L.K, chủ tịch Tổng Công Đoàn Tự Do một tổ chức nghiệp đoàn đối lập với Liên Đoàn Lao Công của ông T.Q.B và khoảng độ ba hay bốn tu sĩ Công Giáo, hai tu sĩ Phật Giáo khác, cựu tổng đốc N.D.G và chánh văn phòng của Tổng Thống Ngô Đình Diệm V.V.H.

Nhiều người thắc mắc, ở thung lũng tử thần có bao nhiêu trại giam và phân trại nào là trại chính. Một trong những tù nhân thuộc nhóm người đi chuyến tàu Việt Nam Thương Tín trở về nước sau khi đã di tản đến Guam rồi cho biết khi họ đến đây là đã có phân trại B rồi. Phân trại B là phân trại có một bệnh xá có 10 giường bệnh, 4 bác sĩ quân y của QL/VNCH cũng là tù cải tạo làm việc với một y sĩ Việt Cộng mang cấp thiếu úy (Ghi chú: y sĩ là từ ngữ mà ngành y của Cộng sản dùng để chỉ y tá hay y tá trưởng). Ngoài ra còn hai phân trại khác nhỏ hơn, đó là C và D ở sâu trong một khu rừng nguyên sinh cách B khoảng 10 cây số được thiết lập bên cạnh một con suối. Tuy nhiên cho đến thập niên 1980 thì các phân trại C và D mà phần lớn tù nhân cải tạo là tù hình sự đều lần lượt bị đóng cửa vì nước độc. Lý do khiến Cục Trại Giam Miền Nam dẹp phân trại C và D đã trở thành các cuộc tranh cãi trong số những anh em tù nhân cải tạo. Người thì cho rằng tình hình an ninh không còn bảo đảm do tàn quân "ngụy" phối hợp với người dân tộc H'mong đang có âm mưu dấy loạn từ trong buôn làng của họ cách trại khoảng 20 cây số đường chim bay. Có người lại còn nhân rộng một hình ảnh trên thực tế không hề có: quân của tướng Ngô Quang Trưởng mở một đường xâm nhập từ Lào vào Việt Nam nằm về phía Đông Bắc của phân trại D. Đại loại những "hot news" này lúc đó được tù cải tạo loan truyền chỉ với mục đích giữ vững và an ủi tinh thần anh em. Tuy nhiên, nó chỉ có tác dụng đối với những sĩ quan nào không hề chú ý đến khía cạnh thuần lý của tin tức. Còn phần đông những anh em khác đều cho rằng đây là chuyện tầm phào. Điều khôi hài là vào lúc ấy chỉ có một số ít người tù chịu khó nêu ra suy nghĩ độc lập của mình: chỉ có người giữ vai trò tổng bí thư đảng Cộng Sản mới có thể biết tin trên được, tù nhân cải tạo ở trong cái rọ Xuân Phước kín như bưng làm sao biết được mật tin này và liệu mật tin này có thể là do chính Việt Cộng tung ra trong một chiến dịch trăm hoa đua nở khác trong trại tù hay không? Rõ ràng nguồn tin thuộc loại "hot news" thường tỏ ra có nhiều kinh nghiệm trong việc loan truyền. Tâm lý người tù cải tạo lúc nào cũng cần một cái phao để bám vào trong khi những người nào còn tỉnh táo thì không nói ngược lại được vì sợ sẽ bị các bạn đồng tù hỏi: "Bộ mày không muốn Tướng Trưởng mang quân về à?" hay "Bộ mày không muốn có thay đổi hả." Những câu hỏi xách mé vì những tin tức tưởng tượng này trở thành một cái khiên để những phần tử chống Cộng hoang tưởng trong trại giam vùi đầu trong cát một cách hèn nhát viện cớ "để chờ thời cơ sắp đến" và làm cho sự đoàn kết giữa anh em tù cải tạo với nhau sứt mẻ dần.

Những tác hại nguy hiểm của loại tin tức đại loại như ông tướng này về lập chiến khu tại dãy núi Mây Tàu, Rừng Lá hoặc vùng U Minh Thượng Cà Mâu, tướng kia về Mật khu Dương Minh Châu hay tướng hải quân Hoàng Cơ Minh cùng ông Hoàng Văn Hoan thuộc Bộ Chính Trị đảng CSVN đào tị ra nước ngoài trở về Hoàng Sa lập hạm đội giải phóng Việt Nam đã trở thành những đề tài nóng hổi trong những trại giam. Những cái phao này có đôi lúc được bơm rất căng, dẫn tới những cuộc cãi lẫy và ấu đả, tuy chỉ là vài cú đấm thôi cũng đã tạo ra bối cảnh thảm hại trong hàng ngũ anh em tù cải tạo chúng tôi. Dù những người bị bịt mắt trong thành phần tù nhân cải tạo chỉ là thiểu số, nhưng đa số thầm lặng thì lại không muốn phiền hà đến mình nên vẫn chỉ là đa số thầm lặng. Cho nên, những người tù nào còn tỉnh táo để phán đoán, những người vẫn còn có thể nói với những thiểu số mù quáng này rằng Hoàng Sa đã mất về tay Trung Cộng từ năm 1974 hoặc "Mấy anh mà còn biết được những tin tức loại A1 này, thì bọn Cộng Sản chúng nó lại mù hay điếc hết hay sao mà không biết" đã mặc nhiên trở thành "những người tỉnh táo trong cô đơn" và đôi khi còn bị cô lập.

Những thập niên sau này, khi sang định cư ở Mỹ, sống giữa cộng đồng người Mỹ gốc Việt Nam chỉ một năm sau, tôi đã nhận ngay ra một số những chính trị gia hay nhà báo mang cái bệnh hoang tưởng từ các trại lao cải ở Việt Nam từ các thập niên trước sang đất Mỹ. Điều đáng quan ngại sự hoang tưởng của họ chiếm một vị trí rất trang trọng trong các bài diễn văn dài trước cử tọa mà đa số đều trải qua những kinh nghiệm ở các nhà tù Cộng Sản hay ở xã hội bên ngoài tại Việt Nam. Trong khi nhiều người muốn xây dựng một nền văn hóa cộng đồng mang sang từ quê hương gốc thì thiểu số chính trị gia nói trên lại xây dựng một nền chính trị cũng hoang tưởng như các "hot news" trong trại tù và rập khuôn kiểu cai trị của đảng Cộng Sản: "Những gì chúng tôi nói ra là chân lý phù hợp với cộng đồng, mấy anh bất đồng chính kiến với chúng tôi có nghĩa là đi ngược lại cộng đồng, là tay sai Cộng Sản." Có một giai đoạn trong cộng đồng người Mỹ gốc Việt, phần đông chính trị gia này hay dùng nhóm từ ngữ "bị tẩy não" để chỉ những người không có ý kiến giống họ mà không hề để ý rằng chính họ mới là những thành phần bị Cộng Sản tẩy não. Không bị tẩy não thì không ai lại ngu dại gì mà giữa một đất Mỹ tự do mà lại tự nguyện đưa chân vào cái cùm Đỏ như vậy.

Sáng 30 Tết Nguyên Đán năm 1984, các phân trại thuộc A- 20 đều nghỉ lao động. Theo lời những anh em không bị biệt giam lâu dài kể lại sau này thì năm ấy viên trại trưởng Lê Đồng Vũ cho nới lỏng thăm nuôi, bỏ những giới hạn khắt khe chẳng hạn như "những tù cải tạo bị biệt giam khi được thả ra lại đội lao cải không được nhận quà thăm nuôi hay ra gặp mặt gia đình ít nhất là 6 tháng." Linh mục Nguyễn Văn Vàng và tôi ngồi dựa lưng vào bức tường nhà bếp cho đỡ lạnh sau khi được một tù hình sự tốt bụng tránh cho việc phải giội nước lên người. Nhìn vườn rau cải chạy từ sau lưng khu biệt giam đến dãy nhà giam 1 và 2 đã ra hoa vàng, nhìn những bạn tù được gọi ra thăm gặp hay thăm gặp rồi xách những giỏ quà từ cổng trại đi vào dưới hàng dừa cũng đã đơm hoa, nghe tiếng lao xao của bạn bè bên những giếng nước đào trước sân mỗi nhà giam, tôi bỗng chạnh lòng nghĩ tới những người thân ruột thịt nhất là mẹ tôi. Từ giữa năm 1976, tôi không còn gặp hay thư từ gì cho bà cụ. Những năm tháng còn bươn chải trên các mặt trận vào những năm trước 1975 để làm sao có thể gởi được về hậu phương một phóng sự truyền thanh "Xuân Tiền Đồn" cho kịp phát thanh sau thông điệp đầu năm của Tổng Thống Nguyễn Văn Thiệu, tính ra chỉ có vài năm ít ỏi tôi được vui tết với gia đình bắt đầu từ sau Mùa Hè Đỏ Lửa năm 1972. Trong những script gởi kèm với cuộn băng ghi âm phóng sự này, tôi thường dùng một đoạn của ca khúc mà cho tới nay tôi đã quên tên của nó, trong đó có hai câu mà tôi thích nhất thường dùng làm nhạc mở đầu và nhạc nền cho phóng sự:

"Đồn anh đóng ven rừng mai,
Nếu mai không nở anh đâu biết Xuân về hay chưa."

Lúc bấy giờ, 1984, tuy hoàn cảnh đã đổi thay, nhưng tôi cũng vẫn không quên được hình ảnh của những người lính Địa Phương Quân, Nghĩa quân hay những người lính đồn trú tại những căn cứ hỏa lực những ngày trước Tết Nguyên Đán. Họ quả cảm, nhẫn nại và chịu đựng gánh nặng của cuộc chiến trong những năm dài, nay lại phải

chịu đựng gánh nặng của đời tù đày gần cả một thập niên
(tính cho đến 1984). Những người lính ấy trở thành những
tù cải tạo sau khi thua trận đứng lố nhố, lấp ló trong lối đi
của vườn rau cài đơm bông. Họ muốn tiếp tế cho chúng
tôi nhưng còn ngại đám vệ binh đứng canh chừng để kiểm
soát việc bắt cá rô phi từ cái ao đào ngay sau khu biệt
giam.

Cầu Cho Bạo Chúa Sống Lâu?

Cuối cùng, hai người bạn tù trong nhóm bí mật xây dựng tờ Hợp Đoàn là N. "đen" và H. "bầu" cũng đã liên lạc được với đàn em của họ trong đội tù hình sự để tiếp tế cho chúng tôi mấy tán đường thẻ và một nắm thuốc rê. N. "đen" nhắn cho tôi biết: "Ở nhà thợ đã cố sửa chiếc xe Honda của anh, nhưng nó vẫn không chạy được nên đành để vào kho." Lời nhắn cho tôi hiểu rằng bên ngoài, các anh em của tôi cố gắng cho tái bản tờ báo nhưng không có điều kiện. Honda nếu viết tắt theo vần Việt ngữ thì có thể viết là HĐ mà HĐ lại là ký hiệu chỉ tờ Hợp Đoàn chúng tôi thỏa thuận với nhau trước khi tờ báo ra đời. Sau khi chia sẻ thuốc hút và những tán đường với những anh em khác trong biệt giam cũng vừa tắm xong và được ngồi dựa lưng vào bức tường hông nhà bếp đón chút nắng xuân, tôi báo cho T.D.S biết như vậy, có nghĩa tờ báo đã "ngỏm củ tỏi" rồi. S. "lùn" nói: "Như thế cũng xong, chúng ta phải chờ cơ hội khác. Tôi chỉ sợ họ cho tục bản mà làm không khéo bể ra lại thêm nhiều chuyện lôi thôi cho chính họ và chúng ta có thể bị ngộ nhận."

Viên cán bộ trực trại có lẽ cũng lo vun vén cá nhân cho những ngày Xuân nên để chúng tôi ngồi ở hông nhà bếp đến gần một giờ trưa mới bị lùa vô lại khu biệt giam, nhưng không bị đẩy vào xà lim ngay, lại còn được phát cơm nước và ngồi ăn ngoài sân. Lần đầu tiên trong gần 4 năm, trời tôi được bưng tô khoai mì lát luộc ngồi ăn mà chân không bị cùm và không phải ngửi cái mùi hôi thối quanh năm bốc ra từ chiếc thùng cầu. Có thể do có tí chất ngọt và khói (thuốc rê) được anh em tiếp tế khi nãy nên mọi người đều cảm thấy người ấm hẳn lên. Những câu chuyện nổ ra như pháo rang. Lại thêm cả "hot news" nữa! T.C.L, một sĩ quan tâm lý chiến binh chủng Biệt Động Quân bắt đầu "bốc." Anh vẫn cái giọng "moa, toa" cố hữu: "Ê, mấy toa biết chưa, sắp có biến chuyển lớn bên ngoài, Mỹ đang điều đình để bốc chúng ta. Reagan đã phải lên tiếng xin lỗi nhân dân miền Nam Việt Nam vì Mỹ đã quay lưng lại với chúng ta tàn nhẫn quá. Trước đây moa không tin chuyện này xảy ra, nhưng bây giờ thì moa tin." Mọi người vốn biết tính T.C.L hay "nổ bậy" nên chỉ cười, còn Q. "đầu bạc" sĩ quan cảnh sát đã bực dọc kê ngay chiếc tủ đứng tổ bố vào miệng tác giả cái hot news này: "Thôi, nhờ anh tí. Bọn em trăm lạy, ngàn lạy anh, chờ Mỹ nó bốc chắc chúng em rục xương ở đây quá. Anh đã nói với em lần thứ hai rồi, lần này là lần thứ ba. Bất quá tam đấy nhé. Anh ở lại chờ Mỹ nó bốc, chúng em về đấy." Thấy không khí chiều 30 Tết mà như thế là mất vui, tôi quay sang Q. "đầu bạc" can gián: "Thôi, đừng đem hot news vào đây nữa. Chừng nào chúng đưa mình ra bãi đáp mới thảo luận đến tin đó cũng không muộn, hút hết thuốc đi nếu không trước khi vào cùm, chúng nó sẽ tịch thu sạch sành sanh lại còn bị tra khảo mất công lắm còn làm phiền những anh em nào đã tiếp tế cho mình nữa."

Nghe tới hút thuốc là tự nhiên chuyện hot news cũng chẳng còn "hot" nữa và chúng tôi lại chúi đầu vào mớ thuốc rê còn lại, chia nhau sao cho mỗi người còn có thể hút được một điếu nữa.

Nói tới thuốc lá, thuốc rê hay thuốc lào trong những trại cải tạo thì cũng chẳng khác gì nói đến chuyện dài nhân dân tự vệ khi xưa. Nhiều người ở ngoài đời thắc mắc đã đi tù, hàng ngày "vã" cơm, nước, chất béo, chất ngọt mà sao vẫn còn chỗ để đa mang như vậy. Thắc mắc này không có gì sai, nhưng người chưa vào tù cải tạo thì chưa thể hiểu tại sao chúng tôi lại cần thuốc hút cũng ngang bằng cần khoai, gạo. Bởi vì thuốc hút trong trại giam có khả năng giúp tù nhân chôn giấu nỗi buồn nhớ vợ, con, gia đình, tạm quên thân phận mà mình phải mang vác. Tôi không liên lạc với gia đình cho nên cái khoản thuốc lào trong trại giam đều là quà biếu của các anh em có liên lạc với gia đình và có thăm gặp, cho nên nếu được anh em tặng một chút nào thì cũng phải dè sẻn. Đối với một người hút thuốc nặng như tôi thì phải dè sẻn hay nhịn thuốc hút cũng là một cuộc trường chinh với chính mình. Trước 30 tháng Tư, 1975, trung bình một ngày tôi hút đến 3 gói thuốc lá Bastos, một loại thuốc lá đen, rất nặng. Tôi chỉ không hút thuốc khi đi ngủ. Vào tù không có thuốc thì phải nhịn. Cũng như bao anh em khác, tôi giữ nguyên tắc là không bao giờ đi xin thuốc ai cả bởi vì trong nhà giam mọi người đều khốn khó, xin thuốc tức là xin tiền. Tôi cũng đã trông thấy một vài bạn đồng tù không đi xin nhưng đi lượm tàn thuốc các anh em khác bỏ ngoài sân về gỡ ra và quấn bằng giấy báo hay cho vào điếu cày để hút. Thực ra đây là hành động lương thiện và không có gì gọi là hạ thấp tư cách của mình, nhưng nó làm cho những bạn đồng tù khác đau lòng. Cứ thử tưởng tượng một sĩ quan từng giữ những chức vụ chỉ huy trong các đơn vị quân đội đã từng đổ máu để vượt qua bao nhiêu khó khăn mà đến khi bị đẩy vào hoàn cảnh khốn lại không thể vượt thoát ra được những thói quen của mình thì người ta sẽ nghĩ sao về họ?

Nhưng cũng may mắn là số người đi lượm tàn thuốc trong trại giam đếm được trên đầu ngón tay vì thú thực tù cải tạo mà hút thuốc thì tàn thuốc cũng chẳng còn gì nữa mà bòn mót. Thời gian đầu ở trại A- 20 Xuân Phước, thuốc lào là món "phụ tùng" hiếm hoi vô cùng. Tất cả các tù cải tạo khi bước chân vào trại này, quà thăm nuôi mang từ các trại khác đến đều bị tịch thu kể cả thuốc âu dược, thuốc lào, thuốc lá, thuốc rê. Bối cảnh ấy giống y hệt thời kỳ đổi tiền hay đánh tư sản mại bản ở ngoài đời sau khi người Cộng Sản chiến thắng ở Miền Nam Việt Nam.

Chuyện hút thuốc lá hay thuốc lào trong trại cải tạo không phải là một vấn đề lớn. Nhưng dù cho là như thế đi nữa, nó cũng đã bày ra trước mắt chúng tôi khá nhiều hình ảnh tàn nhẫn mà tôi cho rằng người Cộng Sản khá thành công trong kế hoạch lũng đoạn đời sống của chúng tôi ngay khi chúng tôi bị đẩy vào trong hoàn cảnh cùng quẫn nhất. Tôi muốn nói tới một thiểu số, rất thiểu số bạn đồng tù với tôi khi họ đã "can đảm" đánh đổi một điếu thuốc lào (trong trại chúng tôi thường dùng từ ngữ "bi thuốc lào" thay vì điếu, một cách thảm kịch hóa việc hút thuốc lào) mà mình có để lấy phần cơm hay nửa phần cơm tùy theo thỏa thuận của người bạn đồng tù khác không thể vượt qua được những đòi hỏi thật phi lý của khói thuốc. Một phần cơm, nói cho đúng là một phần cơm độn trong đó tỷ lệ khoai sắn là tỷ lệ áp đảo phát ra cho một tù nhân đã quá ít rồi. Vậy mà họ đã phải cắt đứt sự sống của mình để lấy một điếu thuốc mà ảnh hưởng của nó chỉ kéo dài trong 30 giây đồng hồ thì phải nhìn thấy không có sự mù quáng nào bằng. Đành rằng sự đổi chác này là công bằng và thuận ý với nhau, không hiểu sao trong hoàn cảnh ấy, chúng tôi vẫn nghe thấy văng vẳng một lời trách cứ: "Các anh tồi quá, một điếu thuốc lào, một hạt cơm, một điếu thuốc cũng không chia sẻ cho nhau được mà phải đổi chác một cách tàn nhẫn như vậy, nói chi đến việc gánh vác việc lớn. Các anh nên nhớ chuyện này chỉ diễn ra giữa một số người với nhau, nhưng nếu đối phương của các anh mà nhìn thấy cảnh này, chúng sẽ tổng quát hóa nó và thiệt hại vẫn về phía các anh. Tình huynh đệ chi binh ở đâu? Phần đông các anh em biểu lộ được tinh thần này, người bỏ quên nó chỉ là thiểu số, nhưng phải nhớ rằng trong hoàn cảnh phải đối đầu trực diện giữa tốt và xấu với kẻ thù, những chuyện lẻ tẻ này rất dễ có tác dụng lớn, lớp đàn em đang sống với các anh ngay trong những nhà tù sẽ không còn giữ được những hình ảnh đẹp đẽ về một quân nhân tuy đã phải đầu hàng nhưng vẫn giữ được những lề thói đáng trân trọng."

Đời tù có biết bao chuyện để nói và môi trường sống trong nhà tù cũng khá phức tạp trong khi chế độ của những người chiến thắng đang tìm mọi cách để khai thác sự phức tạp này. Cho nên, có thể vì tinh thần bảo vệ màu cờ sắc áo trước kẻ thù, đôi khi trong suy nghĩ của tôi xuất hiện sự khắt khe quá đáng. Vào giai đoạn đó tôi cũng biết như thế, nhưng tôi hiểu rằng mình sẽ không thể chịu đựng được nếu một tên cán bộ Việt Cộng nào chỉ vào mặt tôi và xỉ vả: "Các anh bảo chúng tôi tàn nhẫn, nhưng chính cách đối xử với nhau giữa các anh cũng tàn nhẫn không kém." Ngày nay, những điều tôi trình bày trên những trang giấy này chỉ còn là một ký ức, nhưng đôi lúc điều buồn bã ấy vẫn quay lại. Riêng tôi, ký ức vẫn còn sống động về một thời mà mà đa số anh em đồng đội chúng tôi đã có thể đấu lưng lại với nhau để chống lại kế sách nhằm hạ thấp nhân cách của những người quốc gia chống Cộng khi sa cơ, về một thời mà chúng tôi biết vượt lên trên sự sợ hãi và số phận để sống như những người biết giá trị của tự do và nhân phẩm đến từ đâu.

Từ cái Tết Nguyên Đán 1984 cho đến tết những ngày trước Tết Nguyên Đán năm 1985, nhân số trong khu biệt giam giảm dần. Những người bạn tù khá thân với tôi Đ.B.P, N.Đ.Q, T.C.L, H.C cũng đã được tháo cùm cho trở về đội và số tu sĩ Công Giáo được chuyển vào bệnh xá phân trại B không trở lại biệt giam phân trại E nữa. Trong khu giam cầm đặc biệt này chỉ còn lại tôi, T.D.S, cựu dân biểu T.Q.P, hai linh mục Nguyễn Văn Vàng và Nguyễn Luân và một vài tù cải tạo hình sự ra vào biệt giam như cơm bữa tuy rằng thời hạn nằm tối đa của họ chỉ trong vòng 2 hay 3 tuần lễ là cùng. Chúng tôi vẫn liên hệ với nhau, nhưng không khí trong biệt giam buồn hơn vì mất một người kể chuyện sách vở là N.Đ.Q tự Q. "đầu bạc" và anh chàng chuyên tung hot news vô căn cứ T.C.L. Tiêu chuẩn thực phẩm không thay đổi, nhưng nước uống được phát mỗi bữa rộng rãi hơn chút đỉnh và điều quan trọng là nước muối chan vào khoai mì bớt mặn hơn và tôi được tháo một chân cùm.

Mấy tháng trước tết năm 1984, được chuyển sang ở chung với Linh Mục Vàng tại biệt giam số 6 nên tôi có thời gian nghe vị linh mục này nói chuyện về cuộc đời tu hành của ngài và chứng kiến được sự hùng biện của ngài khi cùng tôi thảo luận về cuốn Tân Ước, cho dù ngài biết tôi là một Phật tử. Tôi được cái may mắn là nghe danh linh mục Vàng trong vụ Vinh Sơn, nhưng cho tới khi được nhốt chung một thời gian với ngài trong biệt giam, tôi hiểu thế là bậc chân tu giữ được phẩm hạnh trước những khốn khó và lập tức tôi có ngay một sự so sánh giữa ngài và những tu sĩ tôi thường gặp trước 30 tháng Tư, 1975 cũng như gặp trong nhà tù Cộng Sản. Với chúng tôi, trại trưởng Lê Đồng Vũ vẫn giữ cái lối "hỏi thăm sức khỏe" đầy xách mé mỗi khi ông ta vào để kiểm soát các thành phần ở biệt giam gần như lâu nhất trong lịch sử của trại tính đến cuối năm 1985. Đầu năm 1985, tôi lại được gọi ra "làm việc," nhưng lần này nội dung không có gì quan trọng và do Lý "lé" ngồi ghế thẩm vấn. Nội dung cuộc thẩm vấn chỉ mang tính khuyến cáo tôi là phải an tâm và tin tưởng vào chế độ lao tù của nhà nước. Cuộc thẩm vấn kéo dài tới khoảng 40 phút, nhưng anh ta chỉ hỏi đến quá trình thời gian tôi phục vụ trong hệ thống truyền thanh Quốc Gia VNCH và rồi anh ta nói nhiều hơn hỏi. Sau đó, Lý "lé" báo cho biết là tôi và một số người khác sẽ bị chuyển trại vào phân trại B để "cải tạo trong điều kiện thoải mái hơn." Sau cùng, anh công an này nói với tôi: "Biệt giam ở trại B rộng hơn và sách hơn."

Nhưng trong thâm tâm do trải qua những kinh nghiệm thử lửa, tôi nghĩ trong chốn lao tù dưới chế độ Cộng sản tốt nhất nên coi châm ngôn "cầu cho bạo chúa sống lâu" có một giá trị thực tế nhất định nào đó.

'Phi Vụ Biệt Kích' Tiếp Tế B- 1
Cho Tù Biệt Giam

Trước Tết Nguyên Đán 1985, chúng tôi bị chuyển trại thật, nhưng lần này chỉ phải chuyển đến phân trại B cách phân trại E khoảng từ 5 đến 7 cây số đường mòn, có nghĩa là chúng tôi bị đẩy vào sát chân núi. Trại này không được khang trang như trại ngoài, nhưng theo lời những anh em đã từng ở trại B, "kỷ luật trại ở trong đó tương đối lỏng lẻo" vì viên trại trưởng phân trại chỉ chú ý đến vun vén cá nhân và tư lợi cho gia đình nhiều hơn là công tác. Tuy nhiên, không phải tất cả những anh em tù nhân cải tạo ở bên ngoài khu biệt giam phân trại E đều bị chuyển trại. Trước ngày di chuyển, trại cũng đã có một vụ "lên lớp" chính trị và một ngày được "ăn tươi." Sau đó một số bị kêu ra làm việc giống như chúng tôi trong biệt giam. (Ghi chú: "Lên lớp" là từ ngữ được ban quản trại dùng để thay cho học tập chính trị và "ăn tươi" được các cai tù dùng để chỉ trong ngày lên lớp, các đội lao cải được nghỉ lao động, tắm giặt và mỗi bữa ăn được cấp phát một miếng thịt hay một miếng cá bằng hai đầu ngón tay).

Sáng hôm sau, an ninh phân trại E là Lý "lé" cầm một danh sách lần lượt gọi những người bị chuyển trại ra xếp hàng. Trong biệt giam chúng tôi cũng vậy. Trực trại Luật mở cửa các xà lim đọc tên từng người ngoại trừ Linh Mục Nguyễn Luân. Tôi, Luật Sư T.D.S. và một số anh em ngoài đội lao cải bị lao phổi yếu sức không thể đi bộ thì được cho ngồi xe molotova, còn những người khác phải đi bộ. Đường từ phân trại E vào phân trại B không xa lắm, nhưng đoàn tù nhân chuyến trại lưng ba lô, vai mang túi đựng những thứ linh kinh như lon gô để thay cho nồi nấu, bếp "hỏa tốc (Ghi chú: Bếp hỏa tốc đúng ra phải diễn dịch là bếp nấu nhanh vì nấu bằng bếp này nhanh thật. Nhưng thực tế từ ngữ bếp hỏa tốc dùng ở đây để chỉ loại bếp chế tạo từ một lon sắt, nhiên liệu đốt là những bao nhựa đựng thực phẩm. Tù nhân lượm những miếng bao nhựa hay chai nhựa mang về trại rửa sạch, phơi cho khô rồi xếp lại. Khi đốt lửa, những bao nhựa này với tim bằng vải cháy thành ngọn lửa xanh, xông lên mùi khói rất hắc và chắc chắn đó là khói độc rồi. Chất nhựa nylon khi cháy tạo ra một năng lượng có nhiệt độ cao, gô nước nóng hay gô canh tập tàng mau sôi hơn và thời gian tính ra chỉ bằng nửa thời gian nấu bằng củi nên gọi là bếp hỏa tốc), bát đựng thực phẩm, ca đựng nước, muỗng nhựa, chăn mùng, quần áo vá chằng đụp bốc mùi hôi vì phơi không kịp khô, đã phải lếch thếch gần 2 giờ đồng hồ đường mòn mới tới được địa điểm phải tới. Gần 10 năm trời trong chốn lao tù, anh nào người cũng như xác ve, miệng thở dốc. Mấy vệ binh súng dài đi gác tù có lẽ cũng sốt ruột vì tốc độ của rùa này nên miệng luôn thúc giục đoàn tù đi nhanh hơn nhưng không hiệu quả. Trong đoàn, nhiều anh em cũng bực quá trả lời lại: "Sức người cũng có hạn chứ không thể với sức người sỏi đá cũng thành cơm đâu cán bộ ơi." Bọn tôi được ngồi trên chiếc xe molotova ọp ẹp nhưng cũng phải chạy bằng tốc độ của đoàn tù nhân đi bộ chứ không phải muốn chạy sao thì chạy. Chuyện gì chứ chuyện giải giao tù cải tạo, bọn cán bộ trại giam nào cũng phải "lên kế hoạch" và thi hành theo đúng kế hoạch. Đã bàn giao số tù nhân thì con số ấy không thể sửa được. Cho nên khi tới nơi, tập họp trước trại mới, các tù nhân phải điểm số ít nhất cũng 4 năm lần vẫn chưa được yên thân.

Di chuyển bằng đường bộ khi chuyển trại mới có thể nhận ra được cách bố trí của lực lượng công an trật tự. Theo ước đoán của một số anh em tù hình sự lao động ở diện rộng (diện rộng tức là đi lao động tự do, không có vệ binh theo canh gác, chẳng hạn như lấy củi trong rừng, chăn trâu, chăn bò, chèo đò…) thì lực lượng bảo vệ trại A-20 có thể lên đến gần 2 tiểu đoàn công an. Hội, một cựu binh thiết giáp của quân đội Cộng Sản Bắc Việt vào tiếp quản Đà Nẵng và cũng chính tại thành phố này anh ta bị kết án 10 năm tù về tội tham ô được ra làm việc ở diện rộng, giữ chân lái đò để chuyên chở cán bộ cũng như dân chúng quanh vùng và những thân nhân tù nhân đi thăm nuôi con em qua một con suối rộng nước chảy xiết đã cho tôi biết khi anh bị đẩy vào biệt giam số 5 và bị cùm gần 2 tuần lễ: "Em báo cho các anh biết chúng nó đông lắm, đóng chốt vòng trong, vòng ngoài. Anh nói với các anh em là nếu có trốn trại chớ dùng những con đường ra ga La Hai."

"Cách tốt nhất và an toàn nhất là phải vượt qua mấy ngọn núi ở sau lưng trại E và trại B. Dĩ nhiên, leo núi thì khó khăn hơn, nhưng nếu cứ chọn con đường mò ra Quốc Lộ 1 là bị bắt ngay thôi. Các anh cần nhớ là cách kiến thiết trại giam lao cải thường dùng cùng một mô hình: trại phải nằm bên cạnh những con suối lớn, chung quanh trại là nhà cửa của gia đình vợ con cán bộ, sau đó là đến xóm dân và vòng ngoài nhất là những khu kinh tế mới và những bản thượng đa phần là sắc dân H'mông rất trung thành với nhà cầm quyền. Hơn nữa, phải nên nhớ rằng trước khi đưa các anh lên A- 20, bọn chúng đã mở chiến dịch học tập cho dân chúng Xuân Phước, những xã kinh tế mới ở Hốc Bò và treo giá 40 kí gạo cho những ai bắt được một tù nhân trốn trại. ĐM... dân ở đây nghèo lõ đ... ra, quanh năm khoai sắn nay được 40 kí gạo mừng chết đi rồi còn gì nữa. Năm 1978, một anh ở phân trại B trốn ra Hốc Bò, dân nó bắt trói lại dẫn về trại để lấy 40 kí gạo. Anh này bị đánh chết ngay ở sân biệt giam. Hai tiểu đoàn công an hiện tại đều là lớp công an mới vào ngành nên mới đỡ hơn chứ bọn cũ khát máu lắm vì toàn dân Nghệ An, phần lớn là Quỳnh Lôi. Một vụ khác là một thằng cũng ở diện rộng như em mê một em gái ở huyện Đồng Xuân, chàng trốn ra ở với nàng được hai ngày thì bị chính ông bố em dẫn vào trại giao nộp để lấy 40 kí gạo. Bọn chúng mang thằng bạn không may của em ra đồng mía bắt chạy về phía trước và chúng dùng súng trường CKC bắn vào sau lưng như bắn bia. Mà cũng kinh thật, nó bị tới 6 phát đạn mới chịu gục xuống."

Màn đón nhận tù nhân chuyển vào phân trại B cũng giống như bao nhiều vụ đón nhận ở những trại khác: xếp hàng, điểm số, khám tư trang, đọc nội qui trại và Tám (8) điều lệnh nếp sống văn hóa mới (văn hóa mới: Đang ở nếp sống văn hóa cũ ảnh hưởng nặng của văn minh Tây phương nay phải bước vào nếp sống văn hóa mới bị ảnh hưởng nặng của thời kỳ ăn lông ở lỗ) và cuối cùng là trại trưởng phân trại B nói chuyện. Nhưng đặc biệt lần này, hầu như trại trưởng và đội ngũ cán bộ phân trại B đều mặc lễ phục lon lá, mũ mãng chỉnh tề. Hơn nữa, viên trại trưởng lại còn "thắng" vào người bộ trang phục đại lễ, huy chương đầy ngực. Trẻ hơn, và nghe nói từng tốt nghiệp trường đại học công an ở Hà Nội và mới tu nghiệp ở Ba Lan về, trại trưởng phân trại B là người không ưa trại trưởng Lê Đồng Vũ của phân trại E. Theo lời một vài anh em ở phân trại B thuộc nhóm lao cải gồm những người đi chuyến tàu Việt Nam Thương Tín về nước thì viên trại trưởng này gọi Lê Đồng Vũ là người có trình độ tiểu học và nhờ thần thế cho nên từ hạ sĩ công an mà leo đến đến cấp bậc trung tá chỉ trong vòng hơn mười năm. Chẳng hiểu, các anh em này lấy nguồn tin ở đâu mà biết "lý lịch trích ngang" của viên trại trưởng phân trại B thuộc trại A-20 Xuân Phước kỹ như vậy. (Rất tiếc vì câu chuyện này xảy ra cách đây hơn ba thập niên rồi nên không còn nhớ tên viên trại trưởng phân trại B). Nhưng thực tế trước mắt chúng tôi vào lúc ấy là phân trại B không khang trang bằng phân trại E. Các nhà giam ở đây phần đông đều là nhà tranh, vách đất bên ngoài có tráng xi măng, chỉ có hội trường được xây bằng gạch lợp ngói nằm ở chính giữa và các nhà giam được thiết kế hai bên cánh hội trường, không vườn rau cải hay ao cá và không có những hàng dừa. Trải qua nhiều trại tù trước khi bị đày lên Xuân Phước, chúng tôi đã chiêm nghiệm được một điều: trại không khang trang có nghĩa là "tính địa ngục" ở đó nhẹ hơn.

Sau màn khám tư trang trong đó một vài vật được mô tả là bén nhọn bị tịch thu, các bạn đồng tù với tôi đều được biên chế thành 3 đội, nhưng tất cả những người thuộc dân số biệt giam phân trại E đều bị ngồi lại hội trường chờ lệnh mới. Tôi hiểu số phận của mình và quay sang nói với T.D.S. đang ngồi dựa lưng vào tường gà gật: "Chuẩn bị vào biệt giam lại đấy." Chỉ một lát sau, một trung sĩ công an vào hội trường kêu tôi đi làm việc. Lần này, nơi làm việc lại chính là phòng treo tấm bảng lớn "Nhà Văn Hóa" dựng ngay một vườn hoa gần hội trường. Gọi là nhà văn hóa cho sang, nhưng bên trong chỉ để một bức tượng bán thân của ông Hồ, hai cái bàn trên vất lỏng chỏng mấy tờ Nhân Dân, Quân Đội Nhân Dân, tạp chí Cộng Sản, trên tường là những hình ảnh "Đại Thắng Mùa Xuân." Một chiếc bàn nhỏ để ngay giữa phòng với hai cái ghế. Buổi làm việc không có gì căng thẳng và cũng vắn tắt trong hỏi và đáp. Viên hạ sĩ quan công an này tự giới thiệu tên mình là Dương, cán bộ an ninh trại. Anh ta còn rất trẻ, chừng khoảng 24, 25 tuổi là cùng.

Dương nói với tôi: "Các anh bị ông Vũ gởi nên trại phải thi hành đề xuất này đưa các anh vào lại biệt giam ít lâu." Nhưng cũng phải tới 5 giờ chiều, chúng tôi gồm T.D.S., tôi và 2 người khác bên có án chính trị mới được đưa vào khu biệt giam của phân trại B, nằm ở góc bên phải của phân trại. Khu này cũng có tất cả 10 phòng nhưng xây cất dựa lưng vào nhau, nghĩa là 5 phòng quay mặt vào trong trại và 5 phòng quay mặt ra ngoài một vòng đai cách bìa rừng bằng những mảnh vườn trồng rau cải và khoai lang. Bức tường xung quanh khu biệt giam cao chỉ khoảng 3 thước phía trên có kéo những hàng dây kẽm gai. Các xà lim trong khu biệt giam chỉ xây bằng gạch thẻ dày, mái lợp ngói thay vì bê tông cốt sắt như ở phân trại E, trước sau đều có một khoảng sân rộng nhưng không trồng cây. Thiết trí bên trong mỗi xà lim khác hẳn ngoài phân trại E. Xà lim rộng hơn, có hai bệ nằm cũng rộng hơn, mỗi xà lim có một cửa thông hơi ngay dưới chân cùm. Hệ thống cùm cũng không khác ngoài phân trại E, nhưng trong các vòng cùm có vòng số nhỏ hơn vòng cùm nhỏ nhất là số 14. Nghĩa là nếu chân ai mang vừa vòng cùm 14 thì khi bọn an ninh lấy vòng cùm 12 để thay vào thì chúng phải dùng búa để đóng xuống. Trung tá N.K.T. cũng là một nhà văn thuộc thế hệ sau cùng của Tự Lực Văn Đoàn và là cựu chánh văn phòng cho Tướng Hoàng Xuân Lãm cựu Tư Lệnh Quân Đoàn I đã bị đóng hai vòng cùm 12 vào chân khiến cho da của hai cổ chân ông bị trầy, bị nhiễm trùng và làm mủ nhưng may mắn không bị hoại thư. Ông N.K.T. bị đẩy vào biệt giam khoảng hơn 2 tuần lễ vì bị báo cáo hay "nói tiếng nước ngoài" và "chống cuốc" (nói tiếng nước ngoài: Nói hay viết tiếng Anh. Trung tá T. hay làm thơ và ngâm thơ tiếng Anh, khi ra bãi lao động ông không chịu làm, chỉ đứng chống cuốc nói về thơ và lịch sử của Tự Lực Văn Đoàn).

Cái khác biệt nổi bật nhất trong biệt giam phân trại B là chiếc thùng cầu. Nó to gần gấp hai thùng cầu tại các xà lim phân trại E. Nhưng chỉ khi nước tiểu và phân gần đầy thùng, trật tự mới xin cán bộ cho chúng tôi mang ra đổ ngoài cái hố đào ngay trong khu đất này. Khi nước tiểu và phân đầy thùng thì chiếc thùng trở nên rất nặng so với cơ thể mà bắp thịt đã teo đi từ lâu như tôi hay T.D.S. Thực phẩm ở biệt giam B vẫn chỉ là những lát khoai mì khô luộc, nhưng không bị chan nước muối mặn chát, tiêu chuẩn nước là một ca đầy cho mỗi bữa ăn. Tôi chỉ bị cùm chân phải với vòng cùm 16 nên lỏng le. Với cá nhân tôi vốn là người tù quen thuộc đời sống của chuồng cọp hơn là đời sống của các đội lao cải trong các nhà tù cộng sản, tình trạng biệt giam ở phân trại B không đến nỗi quá "căng" như ngoài phân trại E.

Tuy nhiên, khi còn ở biệt giam phân trại E điều kiện vệ sinh tệ hại như vậy, tôi chưa bao giờ bị tiêu chảy hay kiết lỵ. Nhưng mới chuyển về biệt giam B chưa được một tháng, người tôi tự nhiên "mập" hơn, nước da bóng hơn, nhìn vào cổ cổ chân đã không còn còn thấy mắt cá xương, bấm vào thì da lún xuống, cả nửa phút sau mới trở lại bình thường. Như thế là tôi đã bị phù thũng và bệnh có vẻ đã nặng. Tôi nhớ lại hồi đầu thập niên 1980 khi chưa bị biệt giam đã có lần Bác Sĩ Lộc, một bạn đồng tù bị án tới 20 năm vì tội tổ chức một vụ nổi dậy ở Ban Mê Thuột năm 1978 nói với tôi về bệnh phù thũng trong tù. Theo anh, phù thũng là một chứng mà hầu như người tù nào ít nhiều cũng vướng phải. Nhưng khi da ống chân đã bóng lên như thoa dầu, bấm vào lún xuống cả phút sau mới trở lại bình thường nghĩa là bệnh nặng rồi, thận đã bắt đầu không làm việc. Cốt lõi chữa trị là phải để tống nước bị giữ trong người ra bằng vitamin B- 1. Lấy đâu ra B- 1 trong hoàn cảnh cùng quẫn này? Cuối cùng tôi chấp nhận và lờ đi cái chết đang tới gần. Chân tôi, nhất là đầu gối và mắt cá chân, ngày một sưng to lên như chân voi.

Nhưng may mắn đã đến với tôi như một phép lạ. Một hôm, người mang cơm cho biệt giam là một trong số ít những bạn đồng tù trong nhóm Việt Nam Thương Tín vẫn còn trong trại giam nhân lúc trực trại bỏ ra ngoài hỏi tôi: "Anh cần gì không. Ng. đen nhắn." Tôi nói ngay "Thuốc B- 1." Tôi vẫn còn nhớ là hôm nhắn tin là vào giữa tuần lễ thì buổi trưa Chủ Nhật tôi nhận được hơn chục viên B- 1 và cả thuốc kiết ly. Không phải do người đưa cơm mang vô mà là do chính Ng. đen cùng P.Đ.N. trong nhóm Hợp Đoàn tổ chức leo qua tường kẽm gai nhảy vào để tiếp tế thuốc B- 1 cho tôi. "Phi vụ" diễn ra nhanh, gọn như xi nê và chỉ kéo dài trong vòng 5 phút, nhân lúc tên vệ binh súng dài bỏ chòi gác đi vào trại để giao ca.

Đổi Sự Sống Để Cứu Một Tù Kiên Giam

Tôi đã nhìn thấy người bạn đồng tù L.Q.M chết như thế nào do phù thũng và tôi cũng đã bắt đầu cảm nhận dần dần trạng thái của một người bị phù thũng nặng. Mỗi ngày, những cơn buồn ngủ bất thường đẩy tôi thiếp đi trong sự mệt mỏi đến lả người và khi thức dậy cảm thấy lười biếng không muốn ngồi lên, người lúc nào cũng gây gây lạnh, thấy tưng tức ở bàng quang nhưng không thể nào tiểu nhiều được. Tôi không muốn khai bệnh vì tôi sợ hai điều: một là khai bệnh sẽ làm lộ rõ yếu điểm vì đám quản trại sẽ không chậm chạp trong việc dùng nhu cầu thuốc của tôi để làm áp lực, hai là nếu được cấp thuốc thì cùng lắm cũng chỉ nhận được vài viên xuyên tâm liên, uống vào chẳng có tác dụng gì mà có khi còn tự dẫn mình vào chỗ chết. Chi bằng cứ phó thác mạng sống cho đấng linh thiêng và chấp nhận định mệnh mà chúng tôi vẫn thường đùa cợt nhau bằng một nhóm từ ngữ "trời kêu ai nấy dạ." Để cho lòng thanh thản và giảm đi cảm giác khó chịu của phù thũng, tôi ngồi thiền rồi đứng dậy đánh dịch cân kinh và sau đó ngồi đọc chú Lăng Nghiêm cho tới tờ mờ sáng mới nằm xuống. Sự tập luyện này kéo dài khoảng một tháng thì tôi nhận thấy cơ thể mình có vẻ khá hơn. Trạng thái ngủ như thiếp đi bớt dần và khi lựa thế cùm để có thể đứng lên đánh dịch cân kinh "cải tiến" (vì một chân bị cùm, nhưng nhờ cùm rộng nên có thể lựa thế đứng dậy được), tôi đã thấy mồ hôi rịn ra ở lưng áo và ngày cũng đi tiểu được vài lần. Điều đáng mừng nhất là khi cúi xuống, tôi không thấy nặng ở mặt nữa. Đúng vào lúc ấy thì "phi vụ" tiếp tế thuốc diễn ra. Vì sự kiện diễn ra đã lâu quá, hơn 3 thập niên rồi trí óc đã mòn mỏi nên tôi không còn nhớ ngày nhưng còn nhớ được là chuyện xảy ra vào trưa Chủ Nhật, tuần lễ đầu của Tháng Tư, 1985. Buổi trưa hôm đó, tiêu chuẩn cơm tù của biệt giam hơi đặc biệt. Phần "cơm" không phải là khoai mì lát luộc như thường lệ mà là một cái "bánh bẹp" và nước muối được thay vào bằng một chén nhỏ cà tím nấu với một thứ nước mắm cá mà chúng tôi gọi là "nước mắm mút dòi."

Xin độc giả cho tôi một ít phút để giải thích rõ hơn về "bánh bẹp" và "nước mắm mút dòi." Sở dĩ chúng tôi gọi loại bánh làm bằng bột mì rồi đem luộc giống như người Tây phương luộc spaghetti vậy là vì bề dày của miếng bánh chưa tới một centimetre nên trông rất mỏng, gọi là "bẹp." Có anh em bạn tù thì nói rằng bột mì là do Canada viện trợ. Cũng lại có anh em nói rằng đây là bột mì Sơn Đông của Trung Quốc. Thời gian còn ở trại Hàm Tân Z-30C, anh tổ trưởng tổ cơm trong đội nhà bếp trước 30 Tháng Tư, 1975, vốn là chuẩn úy biệt phái và là thuộc cấp cũ của tôi tại Hệ Thống Truyền Thanh Quốc Gia cho biết khi đội nhà bếp đi lãnh bột mì ở thị xã Bình Tuy, bột vẫn còn trong bao bên ngoài có ghi rõ là quà tặng của chính phủ Canada. Do không có bột nổi và cũng không ai biết xây dựng lò làm bánh mì nên cuối cùng nhà bếp trại đành phải nhồi bột với nước, đóng bánh rồi cho vào luộc chín thành những miếng bánh diện tích khoảng bàn tay hay có khi nhỉnh hơn một chút. Chúng tôi gọi đó là "bánh bẹp." Tiêu chuẩn bên ngoài trại lao cải thì mỗi bữa ăn, một tù nhân cải tạo được cấp phát một miếng như thế, nặng khoảng 150 grams. Còn tiêu chuẩn trong xà lim biệt giam thì miếng bánh bẹp ấy bị cắt đi một góc.

"Mắm mút dòi" là một nhóm từ ngữ do anh em làm ở đội nhà bếp trại A-20 Xuân Phước đặt ra để chỉ một loại nước mắm mà tôi nghĩ có lẽ chỉ dùng để phát cho tù nhân cải tạo thời bấy giờ thôi, chứ nếu ngày nay mà đem loại nước mắm này phát cho tù cải tạo hiện nay ở Việt Nam thì chắc chắn các tổ chức nhân quyền như Human Rights Watch hay Phóng Viên Không Biên Giới sẽ có nhiều việc làm tốn giấy mực hơn. Vì ở nhà tù tại Việt Nam, đến ngay như tù nhân thọ án là Luật Sư Cù Huy Hà Vũ không được gặp vợ thường xuyên hay Luật Sư Lê Quốc Quân không được gặp linh mục và không được mang tài liệu sách báo vào phòng giam nghiên cứu mà cũng đã trở thành vấn đề lớn hiện nay rồi huống chi nếu họ lại còn bị cho ăn mắm mút dòi.

"Mắm mút dòi" thực ra là loại mắm cá của người Tuy Hòa, nhưng khi nước mắm đã được chắt hết thì các trại tù cải tạo thuộc phạm vi tỉnh này mua lại những bã cá mắm đó mang về chứa trong các chum vại ở nhà kho trại, nhưng do bảo quản không kỹ, bã mắm hư hại dần trong kho chứa và trong rất nhiều trường hợp ruồi nhặng đã đẻ ấu trùng vào mắm. Anh em nhà bếp cho biết họ phải pha nước vào thùng nước mắm còn nguyên những những ấu trùng đó, đun cho thật sôi, vớt xác chúng ra rồi mới đem phát cho tù cải tạo. Người tù nào sợ thì vứt bỏ, người nào không sợ thì vẫn dùng. Đang trong tình trạng bị phù thũng nên tôi không hề đụng tới cái món cà tím này, dù rất thèm, đành ngồi nhai hết chiếc mánh bẹp rồi nằm ngả lưng một chút.

Đang mơ màng thì tôi bỗng giật mình nghe tiếng chân chạy rầm rập trên hành lang phía ngoài xà lim, rồi nghe một tiếng "soạt." Một gói nhỏ bọc ngoài bằng bao nylon nằm ở lối đi giữa hai bệ cùm. Nhặt lên mở ra thấy có 2 tán đường, 12 viên vitamin B1 (trị phù thũng) và 6 viên dầu cá loại nhỏ (thời đó dầu cá viên có kích cỡ chỉ bằng đầu đũa), và một miếng bao nylon. Tôi hiểu ngay bao nylon này là một lời nhắn: phải tiêu thụ hết đường ngay kể từ buổi trưa cho tới giờ điểm số xà lim vào buổi chiều vì khi điểm số cai tù hay khám xà lim, gói thuốc B1 và dầu cá vào bao nylon và nhét vào hậu môn như chúng tôi vẫn thường làm để giấu những mẫu tài liệu dùng thực hiện tờ Hợp Đoàn.

Từ buổi trưa cho đến giờ điểm số buổi chiều, tôi uống 2 viên vitamin B1 và điều ngạc nhiên là ngay lúc bóng tối phủ kín xà lim cho tới gà gáy sáng hôm sau, tôi đi tiểu khoảng hơn chục lần và có cảm giác dường như bao nhiêu nước tích tụ trong người được xả ra ngoài hết. Nhưng hiệu quả của thuốc chỉ trở nên hoàn hảo sau khi tôi sử dụng hết các viên dầu cá và B1. Chỉ có điều sau khi không còn triệu chứng phù thũng nữa thì lại cảm thấy đói kinh khủng, nhưng do vừa trải qua kinh nghiệm, tôi luôn dùng tự kỷ ám thị và luyện tập thiền để vượt qua đói khát. Tôi cần nhấn mạnh ở đây rằng điều này thực sự hữu hiệu trong những hoàn cảnh khốn khó nhất. Đầu thập niên 1990, gặp lại những bạn tù cùng trại tại Sài Gòn ngồi uống nhau ly cà phê bên vệ đường giữa một thành phố bắt đầu hồi sinh, chúng tôi vẫn còn có nhiều tranh cãi về giai đoạn tù đày và tình trạng bị quản chế vì hoàn cảnh đôi khi khác nhau, nhưng có một điểm chung giống nhau. Đó là, trong tù thực phẩm chính của người tù vẫn là tinh thần bởi chính nó mới giúp chúng tôi kiên nhẫn, chịu đựng bền bỉ vượt qua khó khăn và giữ trọn được nhân cách.

Thời gian sau đó, gặp lại Ng. "đen" khi được biên chế vào đội làm lò gạch thì hóa ra những viên thuốc B1 và dầu cá được đưa vào biệt giam cho tôi cũng như các bạn khác có thể phải đánh đổi bằng chính mạng sống của anh em đồng đội với tôi trong nhóm Hợp Đoàn: họ phải nghiên cứu phương thức leo qua hàng kẽm gai trên bức tường hông của khu biệt giam giữa các phiên đổi gác tại vọng gác nơi góc khu biệt giam. Bức tường này nằm sát một khu gọi là khu tu sĩ. Sở dĩ chúng tôi gọi là khu tu sĩ vì khu này có một nhà giam duy nhất được ngăn đôi cầm giữ các tu sĩ Công Giáo, Phật Giáo và các chức sắc Cao Đài, Hòa Hảo, Hồi Giáo của người Chàm ở Ninh Thuận và Châu Đốc. Chung quanh khu giam giữ các tu sĩ là một bức tường cao khoảng 4 thước và cửa ra vào khu có khóa. Như thế nếu cửa này bị đóng lại thì những người tù khác tại những đội lao cải không nhìn thấy gì ở bên trong tiểu khu tu sĩ và đám quản trại ra một lệnh đặc biệt phạt rất nặng khi bắt gặp một tù nhân cải tạo nào liên hệ với những tu sĩ trong khu chuyên giam này.

Mục tiêu của việc thành lập khu tu sĩ chỉ là để cô lập tất cả những tu sĩ của các tôn giáo với chúng tôi và ngược lại. Ng. "đen" và P.Đ.N phải mất một tuần lễ để "điều nghiên" cách leo tường vào khu biệt giam. Họ chú ý đến các phiên đổi gác của vệ binh trên chòi gác và nhận ra phiên đổi gác vào khoảng trưa Chủ Nhật sau giờ các đội lao cải lãnh thực phẩm là kéo dài lâu hơn cả. Hơn nữa giao ca ở các vọng gác trong các trại tù Cộng Sản có khi không diễn ra ở dưới chân chòi gác mà ngược lại giao ca được tiến hành ở cổng trại, nơi có một cái bàn làm việc của trực trại. Từ cổng ngoài của trại vào đến khu biệt giam, một vệ binh súng dài phải mất khoảng từ 7 đến 10 phút di chuyển. Một khuyết điểm thứ hai của an ninh trại là vòng kẽm gai trên tường quanh khu biệt giam là vòng đơn và chỉ được móc vào một cái móc bằng đinh đóng cong xuống rồi kéo ra. Cả hai bạn tù chí cốt nhất của tôi chọn một lối tương đối khuất nằm ngay giữa bức tường của khu tu sĩ chạy từ cổng khi biệt giam vào và bức tường của khu biệt giam. Chỉ cần tháo móc giữa vòng thép gai đầu tiên là có thể tạo thành một khoảng trống hẹp leo qua tường để nhảy vào khu biệt giam. Dĩ nhiên, người nhảy vào phải tương đối còn mạnh, cởi trần và mặc quần đùi thật hẹp để tránh vướng víu. Nhưng điểm hóc búa nhất trong kế hoạch cần phải giải quyết là liệu các tù nhân tôn giáo có đồng thuận để ủng hộ việc làm này của anh em chúng tôi không? Họ có sợ bị vạ lây mà đi báo cáo với an ninh không? Do đó, cả hai bạn tù của tôi lại phải tham khảo và may mắn là hầu hết các tu sĩ trong khu này đều là những vị từng giữ chức trưởng phòng Tuyên Úy của các quân đoàn hay sư đoàn hoặc từng làm công việc tuyên úy tại những phòng sở phụ trách về Đức tin cho quân đội VNCH cho nên họ đồng ý cầu nguyện và coi như không biết, không nhìn thấy "phi vụ" nguy hiểm như tôi vừa trình bày. Nó nguy hiểm vì chỉ cần anh vệ binh súng dài nhận ca gác leo lên chòi gác sớm hơn thời gian dự tính từ lúc leo vào và leo ra khỏi khu biệt giam là có thể Ng. "đen" hay P.Đ.N có thể mất mạng do vệ binh từ chòi canh bắn xuống.

Câu chuyện này không phải là một kịch bản trong phim mà là chuyện thật biểu lộ tinh thần đoàn kết và cưu mang nhau ở một trong vài trại tù được liệt vào danh sách những trại tù khắc nghiệt nhất tại Việt Nam thời chưa mở cửa.

Làm Lại Từ Đầu Ở Tuổi 51

Khoảng giữa năm 1985, tôi và một vài người nữa được đọc lệnh tha ra khỏi biệt giam. Có thể quyết định này liên hệ tới một cuộc tổng thanh tra các nhà tù của Bộ Nội Vụ Việt Nam Cộng Sản diễn ra chỉ nửa tháng sau đó. Tôi không có bằng chứng cụ thể nào để gắn vụ tổng thanh tra này với kế hoạch "đổi mới tư duy" của chế độ, nhưng trước khi bị biên chế từ đội làm lò gạch sang đội "đặc biệt" phải di chuyển vào ở chung với khu tu sĩ, tôi đã bị gọi ra làm việc với an ninh trại và qua những chi tiết trong câu hỏi của viên sĩ quan công an phụ trách an ninh này tôi hiểu rằng đang có một biến chuyển chính trị nào đó khá quan trọng ở bên ngoài.

Trên thực tế, một biến chuyển qua trọng đã xảy ra: cuộc trở mình đổi mới tư duy được thực hiện với một cái nhìn xa hơn của Hà Nội so với đàn anh Liên Xô. Nói cho đúng ra, những nhà lãnh đạo của đảng Cộng Sản Việt Nam đã phải chọc thủng nồi nước sôi ở Việt Nam nên tránh được sự sụp đổ như Moscow. Tuy người Việt ở hải ngoại rất không muốn nghe điều này, nhưng đó là thực tế. Phải công bằng mà nói như vậy. Tôi không biết có phải do ảnh hưởng của việc Hà Nội thỏa thuận chương trình Tìm Kiếm Người Mỹ Mất Tích hay chương trình đưa cựu tù nhân cải tạo đi tái định cư ở Hoa Kỳ hay không mà một số anh em chúng tôi được chuyển về một trại gần Sài Gòn hơn, đó là trại Z- 30A Xuân Lộc thuộc tỉnh Long Khánh, một trại mà cuộc sống của tù nhân cải tạo tương đối thoải mái hơn so với A- 20.

Cá nhân tôi, không bao lâu sau khi được gặp mặt mẹ già lần đầu tiên tại trại Z- 30A kể từ năm 1977, nhóm chúng tôi gồm T.D.S, N.C.T và Ng. "đen" lại bị di lý về nhà tù số 4 Phan Đăng Lưu trước cửa chợ Bà Chiểu năm 1986 để ra tòa vì công an Sài Gòn nắm được bằng chứng chúng tôi bí mật cho ra tờ Hợp Đoàn ở A- 20. Nhưng khi hỏi cung xong và có bản cáo trạng đòi án chung thân đối với 4 người chúng tôi và theo kế hoạch nhà cầm quyền dự tính đưa ra xử trước tòa ngay sau vụ xử nhà văn Doãn Quốc Sỹ và Dương Hùng Cường, vào giờ chót Viện Kiểm Sát lại quyết định không truy tố nữa mà đưa chúng tôi trở về trại Xuân Lộc tiếp tục cải tạo trong biệt giam vài tháng trước khi được thả cùm và riêng tôi được thả ra khỏi trại cuối năm 1988 khi trại chỉ còn một nhóm nhỏ tù cải tạo án tập trung.

Tuy nhiên, những trại giam mà tôi đi qua, trước hoặc sau trại A- 20 Xuân Phước chưa biểu lộ tột cùng tính chất địa ngục trần gian của chúng. Cho nên ở đây tôi chỉ ghi lại những chi tiết về những năm tháng phải sống ở tại thung lũng chết Xuân Phước ấy, nơi tôi trải qua đầy đủ những thử thách và những mưu mô hủy diệt con người như một điểm nhấn trong đời tù của mình. Ngày tôi được gọi tên để chuyển trại về Z- 30A Xuân Lộc, người tù thứ 125 qua đời tại bệnh xá phân trại B. Anh là một trong những tù nhân của đội hình sự tại phân trại E được đưa vào bệnh xá để chữa trị lao phổi thời kỳ cuối và vài ngày sau khi chúng tôi đã trở thành nhân số tù nhân cải tạo của Z- 30A, thì tù nhân thứ 126 ở A- 20 cũng qua đời vì bị bệnh suyễn mà không được cấp thuốc để làm giảm nguy cơ tử vong. Người tù đó là Linh Mục Nguyễn Luân, một tu sĩ trẻ trầm tĩnh và rất cương quyết.

Tuy nhiên, chưa bao giờ tôi ngồi tính số cái giá của cuộc lưu đày mà tôi phải trả. Chỉ biết rằng với cá nhân và gia đình tôi, cái giá đó khá đắt. Nhưng không phải vì thế mà tôi ân hận những việc mình đã làm và mặt khác tôi cũng không hề giữ mãi lòng thù hận những người chiến thắng. Khi đặt chân xuống phi trường San Francisco để bắt đầu một cuộc đời mới muộn màng là lúc tôi quyết định tạm xếp lại những ngày tháng đau thương cũ. Tôi cần bắt tay làm việc ngay trong một đất nước thật sự tự do và dân chủ. Trong rất nhiều lá thư từ Mỹ gởi về Sài Gòn, bạn bè tôi sang trước vẫn cứ hay khuyên nhủ: "Nếu mày có sang đây thì việc đầu tiên là mày phải tập tạm quên đi những ngày nhục nhã và đau đớn mà chúng ta từng phải chịu đựng để bắt đầu ngay công việc của mày. Chúng ta chẳng còn tuổi để mà thực hiện giấc mơ Mỹ, nhưng nếu mày không nghe chúng tao thì không thể tồn tại được ở đất nước này đâu."

Tôi phải thú thực rằng, được định cư ở Hoa Kỳ để làm lại từ đầu vào lúc tuổi đã 51 là một cơ may. Từ ngày đi tù trở về, tôi chưa bao giờ dám mơ đến việc đến được nước Mỹ. Thứ nhất, sống gần bốn năm với nghề lao động chân tay ở Sài Gòn, phải khó khăn lắm tôi mới tự nuôi sống mình và giúp đỡ gia đình được, làm gì có vàng để nộp cho chủ tàu vượt biển. Thứ hai, sau hơn 13 năm tù trong đó 7 năm nằm biệt giam và phải đối phó với những đòn nhục hình vô nhân đạo nhất, thực tình tôi đã cảm thấy "lạnh cẳng" rồi và luôn luôn tự nhủ lòng mình rằng nếu chúng kè xe honda vào sát chiếc xe đạp hay chiếc xích lô tôi dùng làm phương tiện sinh sống hàng ngày, tôi nhất định phải đương cự bằng mọi giá hoặc là trốn thoát hoặc chết còn hơn lại tiếp tục chết dần mòn trong biệt giam ở một nhà tù nào đó nữa.

Thật may, trong suốt những năm tháng sống ở Sài Gòn trong sự kỳ thị ra mặt của chính quyền địa phương, không có chuyện gì xảy ra cho tôi. Nhà cầm quyền phường từ chối mọi đơn tôi xin di chuyển ra khỏi Sài Gòn để thăm một vài bạn tù sinh sống tại những thành phố khác lấy lý do lệnh quản chế vẫn còn hiệu lực, nhưng họ không tìm cách dồn tôi vào chân tường. Vả lại khi họ thấy một người tù cải tạo mà lúc nào lưng chiếc áo tôi mặc để lao động cũng ướt mồ hôi, có thể anh chàng Vinh "đen" công an phường tôi ở đã chép miệng: "Ồ như thế là cuộc đời thằng này đã chấm dứt vì nó lo miếng ăn hàng ngày cũng đã khốn nạn rồi làm gì mà còn dám manh động nữa." Một trong những người cậu của tôi, và cũng là một nhà văn khá nổi tiếng trong Hội Nhà Văn ngoài Bắc cũng bị tù 6 năm chỉ vì nhà cầm quyền nghi ông là người theo chủ nghĩa xét lại. Có lần gặp tôi tại Mỹ nhân chuyến thăm Hoa Kỳ theo lời mời của Hiệp Hội American Joiner, ông nói như thế này: "So với cháu, ngày tù của cậu chẳng thấm vào đâu. Nhưng cái khốn nạn nhất không phải là thời gian cậu ở trong tù mà là lúc được thả ra ngoài đời. Việc câu thúc con người của họ (Cộng Sản) vào thời đó thật kinh hãi. Cái nghề mọn nhất là ngồi lên yên chiếc xích lô để kiếm sống cũng không được phép, chỉ có cách sống duy nhất là ngồi gấp và dán những bìa carton để làm bao bì ngày chỉ đủ tiền ăn cháo." Nhưng cậu tôi không chỉ nói ra những câu chuyện như vậy với những người thân. Cậu đã viết nó thành chuyện và dĩ nhiên phải xuất bản ở Hoa Kỳ sau khi các sợi dây trói giới văn nghệ miền Bắc đã được nới lỏng do tình hình đã đổi thay.

Đôi lần cậu hỏi xem tôi nghĩ như thế nào sau khi đọc các tác phẩm của cậu, tôi chỉ nói cần phải viết ra, không nên giữ trong lòng làm gì khi có cơ hội. Tôi nhấn mạnh với cậu là đến như tôi cũng không thể ngờ được là Đảng của cậu lại đì những cựu đảng viên như cậu đến mức phi nhân như thế, nhất là bà tôi và là mẹ của cậu lại là người từng đem tất cả tài sản vàng bạc cúng vào tuần lễ vàng dành cho cuộc kháng chiến chống thực dân của Việt Minh.

Lời Kết

Gần đây, đứa cháu nội của tôi, Catherine Vũ tuy mới 11 tuổi nhưng trong đầu nó đã tràn đầy những thắc mắc về người ông đã từng làm phóng viên thời còn trẻ ở Việt Nam như tôi. Vì ông cháu ở cách xa nhau cả mấy ngàn dặm từ Đông sang Tây nên tôi cũng có ít dịp nói chuyện với nó. Mỗi lần có dịp đi công việc ở Virginia phải ở lại nhà bố mẹ cháu nên ông cháu mới lại có dịp nói chuyện và nó hỏi tôi khá nhiều về nghề nghiệp của tôi trước đây cũng như hiện tại. Tuy nhiên, nó không dám hỏi tôi về những năm tháng dài tôi bị tù dưới chế độ Cộng

Sản. Trong đầu óc non nớt của một đứa trẻ sinh ra và đang lớn lên ở nước Mỹ, chắc Catherine Vũ có thể nghĩ trong đầu nó chắc là tôi phạm một tội hình sự nào đó nên mới bị tù lâu như vậy. Nó không dám hỏi thẳng tôi có thể là sợ chạm vào vết thương của ông nội chăng. Nhưng nó hỏi bố nó. Những câu trả lời của thằng con trai tôi với con gái của nó không thể đầy đủ và nó phải tham khảo nhà tôi.

Người bạn đời của tôi cũng là một người tốt nghiệp báo chí ở bậc đại học, có thời gian dài làm phóng viên cho Hệ Thống Truyền Thanh Quốc Gia và biên tập viên tin tức Đài Phát Thanh Quân Đội và cũng từng là đặc phái viên của hệ thống có nhiệm vụ tường thuật những hoạt động của Đệ Nhất Phu Nhân VNCH, bà Nguyễn Văn Thiệu, cho nên rất quan tâm đến việc làm sao để cho con cháu biết rõ ngày xưa vợ chồng tôi xuất thân từ đâu và làm việc ra sao. Cho nên, nhà tôi và mấy đứa con nhiều lần thúc giục tôi viết lại hồi ký về những năm hoạt động trong ngành truyền thông VNCH trước 30 tháng Tư, 1975 và ở hải ngoại từ năm 1993 tới nay, đồng thời ghi lại quãng đời tù đày dưới chế độ Cộng Sản sau khi mất Miền Nam Việt Nam. Do lười biếng và lại thiếu thời giờ nên tôi cứ khất lần. Nhưng kể từ khi biết những thắc mắc của cháu nội tôi liên quan đến giai đoạn tù đày của tôi ở Việt Nam, tôi không thể khất hay hứa mãi được. Vì thế trong phần hồi ức Thung Lũng Tử Thần, tôi chỉ ghi lại một số những điểm căn bản về một thế giới riêng của những người tù biệt giam trong cái thế giới chung của nhà tù kiên giam như trại A- 20 (có người gọi là trại trừng giới). Ở Việt Nam, những trại kiên giam biểu thị bằng mã số A không có bao nhiêu và đếm chưa hết một bàn tay: A- 10, A- 20 và A- 30.

Nhưng ngày nay, những trại này đã trở thành quá khứ. Riêng tại vùng đất mà trại A- 20 Xuân Phước tọa lạc nay đã là nơi đặt một nhà máy thủy điện nhỏ cấp vùng. Cách đây khoảng 7 năm, lúc còn sống nhà báo Nguyễn Tú của tờ Chính Luận có gởi cho tôi một bức hình và một video clip thu hình cơ sở điện lực này mà theo lời người giới thiệu trong video là nơi trước đây đặt các nhà giam của Phân trại E thuộc trại A- 20 Xuân Phước. Nói tóm lại những hình ảnh và video clip là do một người bạn tù ở trong đội có án chính trị phân trại E, trại A- 20 gởi cho ông và ông gởi từ thành phố Alexandria, tiểu bang Virginia, gởi sang cho tôi xem với điều kiện phải gởi trả lại ông một tuần lễ sau. Vết tích quá khứ của trại A- 20 nay chỉ còn là một trại giam cấp tỉnh được sử dụng chỉ để nhốt tù hình sự. Vị trí của trại này chính là phân trại B của trại A- 20 trước đây.

Ghi lại hồi ức Thung Lũng Tử Thần, tôi chỉ có mục đích duy nhất là để con, cháu tôi, con cháu những bạn đồng tù với tôi, cũng như để cho những người nào chưa từng biết, chưa từng trải qua ngày tù nào trong các nhà tù Cộng Sản sau biến cố 30 tháng Tư, 1975, dùng nó làm tài liệu tham khảo, đối chiếu và suy nghiệm khi cần thiết sau này. Tôi không có tham vọng được mọi người coi đây như một sử liệu mà chỉ là một tài liệu và khi sử dụng nó cần phải đối chiếu với những tài liệu khác trước khi đi đến kết luận về chế độ lao tù Cộng Sản trong giai đoạn từ sau 30 tháng Tư, 1975 cho tới giai đoạn mà Việt Nam mở cửa năm 1994.

Điều bình an nhất trong lòng là tôi còn nhớ và đã ghi lại được nơi đây nhiều điều chính tôi đã trải qua ở Thung Lũng Tử Thần.

Nhà báo VŨ ÁNH:
Sinh ngày 5/5/1941 tại Hải Phòng,
Việt Nam.
Mất ngày 14/3/2014 tại California,
USA

Đi học Chu Văn An và Luật khoa

1964-1973: Phóng viên Mặt Trận Đài Phát Thanh Saigon

1973-1975: Trưởng Phòng Bình Luận / Chánh Sự Vụ
Sở Thời Sự Hệ Thống Truyền Thanh Quốc Gia.

1975-1988: Tù cải Tạo Chí Hòa, Z30 C Hàm Tân,
A20 Xuân Phước…

1992-2014: Định cư tại Hoa Kỳ theo diện HO

Cộng tác với nhiều cơ quan truyền thông tại Hoa Kỳ
qua các vai trò Ký giả, Bình Luận Gia, Tổng Thư Ký
và Chủ Bút:
Báo Việt: Nhật Báo Người Việt, Viễn Đông;
tuần báo Việt Mercury, Sống Magazine.
Báo Nói: Văn Nghệ Truyền Thanh, VNCR,
Little Saigon Radio, Saigon Radio Houston.
Truyền Hình: Little Saigon Radio, SBTN

Phóng viên chiến trường Vô Tuyến Truyền Thanh, 1966

Nhà báo Vũ Ánh (trái) và Phạm Kim Khôi,
hai người bạn chung phòng và chung tiểu đội
ở Trung Tâm Huấn Luyện Quang Trung năm 1969.

Nhà báo Vũ Ánh (giữa) và Phạm Kim Khôi (phải),
ở Trung Tâm Huấn Luyện Quang Trung năm 1969.

Vũ Ánh (thứ nhì, từ phải sang) trên chiến hạm
MidwayPhái đoàn Truyền thanh và Truyền hình theo
Tổng thống Nguyễn Văn Thiệu đi Mỹ, 1973

*Phái đoàn Truyền thanh và Truyền hình theo Tổng thống
Nguyễn Văn Thiệu đi Mỹ, 1973*

Vũ Ánh và Nguyễn Mạnh Tiến,
hình chụp ở Camp Davis, MA, 1973

Ra tù 1988-1992. Đạp xích lô, dạy kèm Anh văn

Tại tòa soạn nhật báo Người Việt, 1996

Hình chụp với vài Bạn Tù A20 Xuân Phước,
trong một dịp hạnh ngộ ở Hoa Kỳ

Vũ Ánh và phu nhân, Ngô Yến Tuyết

ANH "DỰA LƯNG NỖI CHẾT"
VẪN CÒN GIỮ NỤ CƯỜI
~ Ngô Yến Tuyết ~

283